ചെറുകഥകൾ

വിവേക് കൊടുങ്ങല്ലൂർ

താങ്ങായും തണലായും ശാസിച്ചും ശകാരിച്ചും
കൂടെ നിന്ന എല്ലാവർക്കും നന്ദി.

ഉള്ളടക്കം

രചയിതാവ് ജീവചരിത്രം

വിവേക് കൊടുങ്ങല്ലൂർ.

തോട്ടത്തിൽ മുരളീധരന്റെയും മുല്ലപ്പിള്ളി വിജയലക്ഷ്മിയുടെയും മകനായി 1985-ൽ കൊടുങ്ങല്ലൂരിൽ ജനനം. കൊടുങ്ങല്ലൂർ ഗവണ്മെന്റ് ബോയ്സ് ഹൈസ്കൂളിൽ പ്രാഥമിക വിദ്യാഭ്യാസം. ആ കാലഘട്ടത്തിൽ തന്നെ വഞ്ചി നാടിന്റെയും മഹോദയപുരത്തിന്റെയും ചരിത്രമുറങ്ങുന്ന കൊടുങ്ങല്ലൂരിന്റെ സാഹിത്യ തുടിപ്പുകൾ പ്രജോദനമുളവാക്കി. പിന്നീട് എറണാകുളം നഗരത്തിലെ കോളേജ് ജീവിതവും യൗവന കാലത്തെ ചുറ്റിപ്പറ്റിയുള്ള ജീവിത സാഹചര്യങ്ങളും കഥാതന്തുക്കളിൽ ഉടനീളം വായിക്കാൻ കഴിയും.

ആമുഖം

തോറ്റു പോയ മനുഷ്യർ! പ്രതീക്ഷകൾ നഷ്ടപ്പെട്ട് നിസ്സഹരായവർ! ഒരു ചെറിയ സ്വാന്തനം ഉണ്ടായിരുന്നെങ്കിൽ എന്നു ആഗ്രഹിക്കാത്ത ഒരു മനുഷ്യനും ഈ ലോകത്തിൽ ഉണ്ടാകുമോ! സ്നേഹം ശക്തമാകുമ്പോഴേ ജീവിതത്തിനു അർത്ഥം കൈവരുന്നുള്ളു. ജീവിത സായാഹ്നത്തിൽ അഗ്നിപർവതം പോലെ എരിഞ്ഞു തീർന്ന ഒറ്റപ്പെട്ട സഹജീവികൾക്ക് മുന്നിൽ ഞാൻ എന്റെ ഈ ചെറിയ പുസ്തകം സമർപ്പിക്കുന്നു

I

നീലിമ ലോഡ്ജ്

രണ്ടാം സെമസ്റ്റർ തുടങ്ങി ഒരാഴ്ച കഴിഞ്ഞപ്പോൾ ഒരു ഞായറാഴ്ച സോനു വീട്ടിൽ വന്നു. മെഡിക്കൽ റെപ് ജോലി കിട്ടി അവൻ എറണാകുളത്താണ് ഇപ്പോൾ താമസം. എന്റെ ഡിഗ്രി ജീവിതത്തിലെ ആത്മാർത്ഥ സുഹൃത്തായിരുന്നു സോനു. "നിനക്ക് ഒരു പാർട്ട് ടൈം ജോബ് കണ്ടെത്തിയാൽ അവിടെ നിന്ന് പഠിച്ചൂടെ? എന്റെ മുറി തന്നെ ഷെയർ ചെയ്യാൻ പറ്റുമോന്നു ഞാൻ നോക്കീട്ട് നിന്നെ വിളിക്കാം." അവൻ അച്ഛനോടും അമ്മയോടും കാര്യങ്ങൾ ഒരു വിധം പറഞ്ഞു മനസിലാക്കി. ബസ് ചാർജ് മാസം വരുന്ന പൈസ തന്നെയൊക്കെയോ അതിനു വരുള്ളൂ. പിന്നെ പാർട്ട് ടൈം നോക്കണം. യാത്ര പറഞ്ഞു അവൻ പോയതിനു ശേഷം പുതിയ പുതിയ പദ്ധതികളുമായി ഞാൻ മനസ്സിൽ ഒരായിരം കൂടു കൂട്ടി. പാർട്ട് ടൈം ജോലി കിട്ടുമോ എന്നൊക്കെ ഞാൻ സ്വയം ചോദിച്ചു. രണ്ടു ദിവസം കഴിഞ്ഞപ്പോൾ അവിടെ മുറി ശരിയാക്കിയിട്ടുണ്ടെന്നു പറഞ്ഞു അവൻ വിളിച്ചു. “ഞാൻ ഇവിടെ എഴുന്നൂറ്റി അമ്പത് രൂപയാണ് കൊടുക്കുന്നതിപ്പോ. നിനക്ക് പകുതി കൊടുക്കാമല്ലോ അല്ലെ” എന്ന് അവൻ ചോദിച്ചു. ചിരിക്കണോ കരയണോ എന്ന അവസ്ഥയിൽ പെട്ടുപോയി ഞാൻ. മൂന്ന് രൂപ മിനിമം ചാർജിന്റെ ദൂരമേയുള്ളൂ അറീനയിൽനിന്നും നമ്മുടെ റൂമിലേക്ക്." ശനിയാഴ്ച അങ്ങോട്ട് മാറാമെന്നു സമ്മതിച്ചു ഞാൻ ഫോൺ വെച്ചു.

കിടക്കയും തലോണയുമായി ഞാൻ എറണാകുളത്തപ്പന്റെ നാട്ടിലേക്കു ചേക്കേറി.

തിരക്കു പിടിച്ച ആ നഗരം എന്നെ വല്ലാതെ ഭ്രമിപ്പിച്ചു. 'നീലിമ ലോഡ്ജ്', അതായിരുന്നു സോനു താമസിക്കുന്ന ലോഡ്ജ്. ഏഴാം നമ്പർ മുറി. എന്റെ റൂമിനു ചുറ്റുമുള്ള ഇടനാഴിയിലും കോണി പടിയിലും എല്ലായിടത്തുമായി അലസമായി ഇട്ടിരിക്കുന്ന കുറെ കാർഡ്ബോർഡ് പെട്ടികളുണ്ട്. മെഡിക്കൽ റെപ് ആയ അവന്റെ ലോഡ്ജ് അന്തേവാസികളുടെ ജീവിതം തന്നെ ആയിരുന്നു ഒരു കണക്കിന് ആ ബോക്സുകൾ. എന്റെ ജീവിതത്തിലെ പല നിർണായക ഘട്ടങ്ങളിലെ മൂകസാക്ഷികൾ എന്നു വേണമെങ്കിൽ വിളിക്കാം. സോനു ഓരോ റൂമിൽ കൊണ്ട് പോയി എന്നെ പരിചയപ്പെടുത്തി. ആ ലോഡ്ജിൽ മുഴുവൻ സമയവും രണ്ടു കാര്യങ്ങളാണ് ഞാൻ കേട്ടത്. ഡോക്ടർമാരെ പറ്റിച്ച കഥകളും പിന്നെ അശ്ലീല കഥകളും. ഡോക്ടറെ കൊണ്ടു മരുന്ന് പിടിപ്പിക്കാൻ എന്തൊക്കെ ചെയ്യാവോ അതെല്ലാം ആ പഹയന്മാർ ചെയ്യുമായിരുന്നു. എനിക്ക് അവിടെ രാജപദവിയോടു കൂടിയ പുതു ജീവിതം അവർ സമ്മാനിച്ചു. അവിടെ ആർക്കും കമ്പ്യൂട്ടറിൽ വലിയ പരിജ്ഞാനം ഇല്ലെന്നത് തന്നെ കാരണം. ആവശ്യമുള്ള ബേസിക്സ് മാത്രമേ അവർക്കു വശമുണ്ടായിരുന്നുള്ളു. അത് എനിക്ക് നന്നെ ഗുണമായി വരുകയും ചെയ്തു. ഇൻറർനെറ്റിൽ സൈറ്റ് നോക്കാനും ബ്ലൂടൂത്തിൽ മൊബൈൽ ക്ലിപ്സ് കോപ്പി ചെയ്യുന്നതിലും മാത്രം എത്തി നിൽക്കുന്ന പരിജ്ഞാനം. വയറൻ ജിജേഷും, തടിയൻ ജെസ്റ്റോയും, പാസ്റ്റർ നെൽസണും, ലിങ്കൺ ശ്രീജിത്തും റാൻബാക്സി ഹരിയുമൊക്കെ അടങ്ങുന്ന ഒരു മെഡിക്കൽ റെപ്പ്സിന്റെ സംസ്ഥാന സമ്മേളനം ആയിരുന്നു നീലിമ ലോഡ്ജ്. ഇതിൽ ലിങ്കണും റാൻബാക്സിയും അവരുടെ ഉദ്യോഗ നാമങ്ങളിലാണ് അറിയപ്പെട്ടിരുന്നത്. വയറൻ ജിജേഷായിരുന്നു കൂട്ടത്തിൽ ഏറ്റവും ഫലിത പ്രിയൻ. എല്ലാവരെയും കളിയാക്കി സ്വയം ചിരിക്കുന്ന മ്മടെ കുഞ്ചൻ നമ്പ്യാർ. അതിൽ സംസാര വിഷയങ്ങൾക്കവിടെ പഞ്ഞമില്ല. കട്ടിലിൽ കിടക്കുന്ന നാനായും മംഗളവും എല്ലാം അവന്റെ

കൂട്ടുകാർ ആണ്. പക്ഷെ ഇതൊക്കെ ആണെങ്കിലും ജോലിയുടെ കാര്യത്തിൽ ഡോക്ടറെ പറ്റിക്കാൻ അവൻ കഴിഞ്ഞേ ആരും ഉള്ളു. കാര്യങ്ങൾ ചികഞ്ഞറിയാൻ അവൻ വളരെ സമർത്ഥനായിരുന്നു. ലോഡ്ജിന്റെ പടിയെത്തിയാൽ പിന്നെ അവൻ എന്നെ ദത്തു എടുക്കുമായിരുന്നു. ഓരോന്ന് ഓരോന്നായി കുത്തി കുത്തി..

വയറൻ ജിജേഷിന്റെ റൂം ശരിക്കുമൊരു പഞ്ചായത്ത് രാജ് ആയിരുന്നു. കഥകളും നാടൻ കഥകളും നുണക്കഥകളും അശ്ലീല ചുവയുള്ള സംസാര രീതികളെല്ലാം ആയി നർമത്തിന്റെ തമ്പുരാൻ ആയിരുന്നു വയറൻ. "ടാ ആനന്ദേ...നീയാ പിള്ള ചേട്ടനോട് പറഞ്ഞിട്ടു നിന്റെ വീട്ടിൽ ഉണ്ടെന്നു പറഞ്ഞ ആ ചിമിട്ടു കമ്പ്യൂട്ടർ കൊണ്ടു വന്നു റൂമിൽ വെക്കടാപ്പാ. ഹൈ! ബാക്കി നമ്മക്ക് നോക്കാടാ.. ഒരു നൂറു രൂപയാ മാസം കാച്ചു. ആ ശവി വീഴൂടാ...!" വയറൻ പുലമ്പി. വയറൻറെ വർത്തമാനം എന്നുമൊരു കൗതുകമായിരുന്നു. പടച്ച തമ്പുരാൻ അവനെ നർമം കൊണ്ടനുഗ്രഹിച്ചിട്ടുണ്ടെന്നതിൽ സംശയമില്ല.

പൊതുവെ ശാന്തപ്രകൃതക്കാരൻ പാസ്റ്റർ നെൽസൻ ആയിരുന്നു. പള്ളിയിൽ അച്ചന് പഠിക്കാൻ സെമിനാരിയിൽ പോയിട്ടവിടെ കന്യാസ്ത്രീയെ പ്രേമിച്ചു സഭ പുറത്താക്കി എന്നാണു ചരിത്രം. സത്യമാണോ നുണയാണോ അറിയില്ല... പക്ഷെ ശരിക്കും അവൻ നല്ല വചനങ്ങൾ പറയുമായിരുന്നു. വയറൻ ജിജേഷാണ് അവനെ കൊണ്ട് കേടാക്കുന്നതെന്നു ഹരിയുടെ വാമൊഴി. വയറൻറെ മൊബൈലിലെ ക്ലിപ്സ് തന്നെ പ്രശ്നം. ലൈംഗീകതയുടെ പുതിയ തലങ്ങളിലേക്ക് അവൻ പാസ്റ്ററെ പിടിച്ചുയർത്തി.

അഞ്ചടി പൊക്കവും തൊണ്ണൂറ്റി എട്ട് കിലോ തൂക്കവുമുള്ള തടിയൻ ജെസ്റ്റോയാണ് അടുത്ത കഥാപാത്രം. അവന്റെ അപ്പന് നാട്ടിൽ ഒരു

ബേക്കറിയുണ്ട്. ഏരിയ മാനേജർ ആയിട്ടു വേണം ആ ബേക്കറി പുതുക്കി പണിഞ്ഞു ഒരു സൂപ്പർമാർക്കറ്റ് ആക്കാൻ എന്ന് അവൻ കിനാവ് കാണുമായിരുന്നു. അതുകൊണ്ടു തന്നെ പത്തു പൈസ ചിലവാക്കാതെ മുൻപോട്ടു പോകുന്ന പക്വതയാർന്ന രൂപം. പണ്ട് മാറി കഴിച്ച മരുന്നിന്റെ തടി ആണെന്നാണ് അവൻ പറയുന്നത്. ആരും കാണാതെ മൂക്കുമുട്ടെ തിന്നിട്ടാണെന്നു വയറൻറെ ഭാഷ്യം.

അമ്പലവാസിയും കൂട്ടത്തിൽ കുറച്ചു വിവരമുള്ളതും ഹരിക്കാണ്. കൂട്ടത്തിൽ നല്ല കമ്പനിയിൽ വർക്ക് ചെയ്യുന്നതുകൊണ്ടു 'ആ വിവരം' അംഗീകരിച്ചു കൊടുക്കുന്നുമുണ്ട്. കഴുത്തിൽ സ്വർണം കെട്ടിച്ച ചന്ദത്തിന്റെ മാല കണ്ടാൽ ആരുമൊന്ന് നോക്കി പോകും. വീട്ടിൽ അമ്പലമുണ്ടോ എന്ന് തോന്നി പോകും. അത്രയുമുണ്ട് ദൈവഭക്തി. അമ്പലത്തിൽ പോകാതെ പ്രാതൽ കഴിച്ച ഹരിയെ അവിടങ്ങളിൽ ആരും കണ്ടിട്ടില്ല. ഇതൊക്കെ ആണെങ്കിലും 'തള്ളുമോൻ' എന്നൊരു പേര് കൂടിയുണ്ട് ഹരിക്ക്. അങ്ങനെ ഞാൻ അത്രമേൽ മാറ്റി വെച്ച എന്റെ തീരാത്ത മോഹത്തിന്റെ അടങ്ങാത്ത തിരമാലകൾ കൊണ്ട് ആ ലോഡ്ജിൽ ചക്രവാളം തീർക്കുകയായിരുന്നു. സുദിനങ്ങളുടെ പ്രവാഹം അവനെ തേടി എത്തുന്ന ആ ലോഡ്ജ് അവന്റെ എല്ലാം എല്ലാം ആയി മാറി.

ലോഡ്ജിന്റെ മുന്നിലുള്ള കാനയുടെ ഓരം പറ്റി നിൽക്കുന്ന ഗോപാലൻ ചേട്ടന്ടെ തേപ്പുകട. മറ്റുള്ളവരുടെ മുഷിപ്പും വിയർപ്പും അലക്കി തീർക്കാൻ വേണ്ടി ജനിച്ച ഒരു മനുഷ്യ ജന്മം. അങ്ങനെ അലക്കി തേക്കുന്നതിനിടയിൽ സ്വന്തം ജീവിതം അലക്കി തേച്ചെടുക്കാൻ മറന്നു പോയ പാഴ്ജന്മം. ഗോപാലൻ ചേട്ടന്ടെ കാലിന്റെ നീര് കണ്ടാൽ പേടിയാകും. അത്രക്കുണ്ട് മന്തു പിടിച്ച പോലെയുള്ള കാലുകൾ. നമ്മക്കൊന്നും ഒരു ദിവസം പോലും പുള്ളിയെ പോലെ ജീവിക്കാൻ പറ്റില്ലെന്നു

എനിക്ക് പലപ്പോഴും തോന്നിയിട്ടുണ്ട്. ആ ചേട്ടൻ തേച്ചു പുത്തൻ പോലെയാക്കി കൊടുക്കുന്ന വസ്ത്രങ്ങൾ കൂടെ നിന്ന് ഭാര്യ മടക്കി കൊടുക്കും. ആ ഭാര്യയുടെ സ്നേഹവും സാമീപ്യവും ഗോപാലൻ ചേട്ടന്റെ മന്തു കാലുകൾക്കു ഊർജം പകർന്നു. പിള്ളച്ചേട്ടൻ എന്ന പഴയ മർച്ചന്റ് നേവിക്കാരന്റെ കുബുദ്ധിയിൽ ഉയർന്നു പൊങ്ങിയതാണത്രേയീ ലോഡ്ജ്. തുരുമ്പു പിടിച്ചു കിടക്കുന്ന ഒരുപാട് പേരുടെ ജീവിതങ്ങൾ കണ്ടു മടുത്ത ആ ജനാലയിലൂടെ നോക്കുമ്പോൾ ഒരുപാടു അടകംപറച്ചിലുകൾ കേൾക്കാം. അതിലൊന്നു പിള്ളച്ചേട്ടൻ വാങ്ങുന്ന വാടകയും കുടിശ്ശിക കണക്കുകളും. പിള്ള ചേട്ടന്റെ ലോഡ്ജിന്റെ ചിലവിന്റെ കണക്കുകൾ കേട്ടാൽ അവിടെനിന്നും ഇറങ്ങിപ്പോകാൻ തോന്നും. വൈദുതിക്കായി വേറെ വാങ്ങുന്ന അമ്പത് രൂപ നൂറാക്കി കൂട്ടാൻ കുറച്ചു നാളായി പിള്ള ചേട്ടൻ പറയുന്നു. അതാരും ചെവി കൊള്ളുന്നില്ലയെന്നു മാത്രം. ഒന്നാലോചിച്ചാൽ അതാരാണ് മനസ് അറിഞ്ഞു കൊടുക്കുന്നത്. എന്നാൽ വാടക തൃപ്തിയോടെ സന്തോഷത്തോടെ കൊടുക്കുന്ന ഒരാളെ ഞാൻ അവിടെ കണ്ടെത്തി. ഗുരുവായൂർ സ്വദേശി പരമേശ്വരൻചേട്ടൻ! മറ്റുള്ളവരെ പോലെ പിള്ളച്ചേട്ടനെ തെറി പറയാത്ത ലോഡ്ജ് അന്തേവാസി. നല്ല ജീവിതം മുഴുവൻ കൊൽക്കട്ടയിലായിരുന്നു. അവിടെ ഒരു മുസ്ലിം യുവതിയുമായി പ്രണയത്തിലായി അവസാനം അത് സലീല പരമേശ്വരനിൽ അവസാനിച്ചു. ശമ്പളം കിട്ടിയാൽ 'പണ്ടാരക്കാലന് വാടക കൊണ്ട് കൊടുക്കണമെല്ലോ' എന്ന് മാത്രം കേട്ട് ശീലിച്ച എനിക്ക് പോസിറ്റീവ് ആയ പരമേശ്വരൻ ഒരു പുത്തനുണർവായിരുന്നു.

ഒരു ദിവസം ലോഡ്ജിൽ ഫുഡ് കഴിക്കാൻ മെസ്സിൽ (ലോഡ്ജിന്റെ അടിയിലെ മുറി) ചെന്ന് കയറിയപ്പോൾ അവിടെ ഒരു അധികാരി എന്നവണ്ണമൊരു പെട്ട തലയൻ നിന്ന് പുലമ്പുന്നു. ഞാൻ അങ്ങനെ ഇടപ്പള്ളി പാർക്കിൽ നിൽകുമ്പോൾ ഒരു ലേഡി... ഒരു ഇംഗ്ലീഷ്

ലേഡി എന്റെ അടുത്ത് വന്നു ഇങ്ങനെ നിന്നു. എന്നിട്ടു ഒറ്റച്ചോദ്യം. "ഹേ മാൻ, ഐ ഹാവ് സീൻ യു സംവേർ. ബട്ട്.ഐ ഡോണ്ട് റിമെംബർ ആക്ച്വലി." "യെസ് മാഡം മെയ് ബി കമൽ ഹസൻ? ഇന്ത്യൻ ലിജൻഡ് ആക്ടർ." എന്റെ ചൊവ ചൊവ പോലുള്ള കവിളുകൾ കണ്ടിട്ടാകും അവൾക്കങ്ങനെ തോന്നിയത്."എന്റെ പോന്നു നായരേട്ടാ... പുളുവടി നിർത്തിയാ കറി ഇങ്ങോട്ടു ഒഴി" വയറൻ പറഞ്ഞു. "ടാ ടാ നിനക്കൊന്നും അറിയില്ലെടാ നല്ല പ്രായത്തിൽ ഞാൻ എങ്ങനെയാ നടന്നിരുന്നതെന്നു. ഞാൻ പഠിച്ചത് കണ്ണൂർ സായിപ്പിന്റെ ആംഗ്ലോ ഇന്ത്യൻ സ്കൂളിലാണെടാ. കാരറ്റ് ജ്യൂസ് ചിക്കൻ സൂപ്പ് ഒക്കെ കുടിച്ചുണ്ടാക്കിയ തടിയാണിത്. നിന്നെ പോലെ ആപ്പ ഊപ്പ സ്കൂളിലല്ലടാ ഞാൻ പഠിച്ചേ.. " നായരേട്ടന്റെ മറുപടി കേട്ട് ഞാനവിടെ ഇരുന്നുപോയി. "ചേട്ടാ ... എനിക്ക് ...നിക്ക് ..നാളെ മുതൽ മെസ്സിൽ ചേരണം"..പതിഞ്ഞ ശബ്ദത്തിൽ ഞാൻ പറഞ്ഞു.

"വരൂ, ഇരിക്കൂ. പുതിയ ആളാണ് അല്ലെ ...? ഞാൻ വൈദ്യമഠത്തിൽ ചന്ദ്രശേഖരൻ നായർ. പിള്ളച്ചേട്ടന്റെ അളിയനാണ്. ഇവിടെ ആൾ ഇല്ലാത്തതു കൊണ്ട് കുട്ടികൾക്ക് ഫുഡ് വെച്ച് കൊടുക്കുന്നു. എനിക്ക് ഇവിടെ നിൽക്കേണ്ട ആവശ്യമൊന്നുമില്ല. പിന്നെ പിള്ളക്ക് ഞാൻ ഇല്ലാണ്ട് ജീവിക്കാൻ പറ്റില്ല. ഇവിടത്തെ ദരിദ്രവാസികൾക്കു നാല് നേരം വെച്ചുണ്ടാക്കി കൊടുക്കുന്നൂന്ന് മാത്രം".

"മെസ്സിൽ ചേരാൻ എത്രയാണിവിടെ?? പിള്ള ചേട്ടൻ പറഞ്ഞു നായരേട്ടനോട് പറഞ്ഞാൽ മതിയെന്ന്" "ഓ അങ്ങനെ ഒരു എമൗണ്ട് ആയിട്ടു മേടിക്കാൻ ഒരു ബിസിനസ്സൊന്നും അല്ലല്ലോ. എന്നാലും നാളെ വരുമ്പോൾ നൂറ്റി നാൽപ്പത്തിയഞ്ച് രൂപ കൊണ്ട് വന്നോളൂ. പിന്നെ ഇടക്ക് നമ്മക്കൊരു കൂടലുമാകാമല്ലോ..." "ഓ യെസ്.യെസ്... നായരേട്ടൻ പറഞ്ഞാൽ മതി, ആട്ടെ എന്താ കറിയിന്നു?" "നല്ല ചാള വറുത്തതും മോര് കറിയും. ഒന്ന് കഴിച്ചിട്ടു നോക്കീട്ടു പറ മോനെ... അമ്മ വെച്ചു തരുന്നതാണോ

നായരേട്ടന്റെ കറി ആണോ നല്ല കറീന്നു ... ഇത് വൈദ്യമഠത്തിലെ ചന്ദ്രശേഖർ വെച്ച കറിയാണ്. ഉപ്പും മുളകൊക്കെ പാകത്തിന്. അതോണ്ട് നിങ്ങൾക്കു ഇവിടുന്ന് കഴിച്ചാൽ ഒരു കിളസ്ട്രോളും പഞ്ചാരേം വരില്ല.." എല്ലാം സമ്മതിച്ച മട്ടിൽ ഞാൻ അവിടെ നിന്ന് ഫുഡും കഴിച്ചു ഉറങ്ങാൻ പോയി.

കുറച്ചു കഴിഞ്ഞു ആരോ വാതിൽ മുട്ടി ഡോർ ഓപ്പൺ ചെയ്യാൻ പറഞ്ഞു അകെ ബഹളം എന്താ ചോദിച്ചപ്പോ ആ റൂമിലേക്ക് പോയ് നോക്കാൻ പറഞ്ഞു. ആ റൂം ഹരിയുടേതായിരുന്നു. ചെന്ന് നോക്കിയപ്പോൾ അവൻ ഫാനിന്റെ ഹുക്കിൽ തൂങ്ങി നിക്കുന്നു. മൂത്രം തുള്ളി തുള്ളിയായി വീഴുന്നുണ്ടായിരുന്നു അവന്റെ മുണ്ടിലൂടെ. ആ മരവിച്ച കണ്ണുകൾ പുറത്തേക്കു തള്ളി നിക്കുന്ന കണ്ടു ഞൻ പെട്ടെന്ന് മുഖം മാറ്റി, ആ കാഴ്ച ഒരുപാടു ചോദ്യങ്ങൾ ബാക്കി വെച്ചു. അപ്പോളവിടെ ആരോ പറയുന്ന കേട്ടു അവന്റെ ബോഡി എടുക്കാൻ ആർമി വേണ്ടി വരും. പോലീസ് പോരാ എന്നൊക്കെ. എനിക്കൊന്നും മനസിലായില്ല. കാരണം അവൻ വട്ടു അഭിനയിച്ചു സർട്ടിഫിക്കറ്റ് ഉണ്ടാക്കി ആർമിയിൽ നിന്ന് ചാടി പോന്നതാണത്രേ!

II

ട്രെയിനീസ്

പിറ്റേ ദിവസം ക്ലാസ്സിലെത്തിയപ്പോൾ അടുത്ത ക്ലാസ്സിൽ പഠിക്കുന്ന ജേക്കബ് വന്നു 'ടാ ആനന്ദേ, നീ നോട്ടീസ് ബോർഡ് കണ്ടോ? ഒരു ഇന്റർവ്യൂ ഉണ്ടെടാ. മാഗസിൻ ട്രെയിനീസ് ആയിട്ടാണ്. ചുമ്മാ പോയ് നോക്കിയാലോ?' പാർട്ട് ടൈം ജോലി നോക്കി നടക്കുന്ന എനിക്ക് അത് എങ്ങനെയും നേടണമെന്നായി. വിളിച്ചു നോക്കിയപ്പോൾ നാളെ ഒമ്പതു മണിക്ക് ഇന്റർവ്യൂ ചെയ്യാൻ ഇടപ്പിള്ളി ഓഫീസിൽ വരാൻ പറഞ്ഞു. പിറ്റേന്ന് കുളിച്ചൊരുങ്ങി ഞാനും ജേക്കബും മനോയും അവിടെ എത്താമെന്ന് പറഞ്ഞു പിരിഞ്ഞു. എന്നാൽ മനോ വന്നില്ല. ജോലി ചെയ്യാൻ ഇപ്പോൾ താല്പര്യമില്ല എന്ന് അവൻ എന്നെ വിളിച്ചു പറഞ്ഞു.

അങ്ങനെ ഞാനും ജേക്കബും കൂടി ഓഫീസിൽ എത്തി. അവിടെ ചെന്നപ്പോൾ റിസപ്ഷനിൽ മാലാഖയെ പോലെ ഭംഗിയുള്ള ഒരു പെൺകുട്ടി ഇരിക്കുന്നു. അവളെ കണ്ട വശം ജേക്കബ് കമന്റ് അടിച്ചു, 'അളിയാ.. എന്റെ ടൈം.' ടെൻഷൻ അടിച്ചു നിന്നിരുന്ന ഞാൻ അവനോടു മിണ്ടാതിരിക്കാൻ പറഞ്ഞു. കടിച്ചാ പൊട്ടാത്ത റബ്ബർ പോലത്തെ നല്ല പാലാക്കാരൻ അച്ചായൻ ആണ് ജേക്കബ്. അവനു എല്ലാത്തിനും ഉത്സാഹം കൂടുതലായിരുന്നു.

"ഹായ്. ഹാവ് യു കം ഫോർ ദി ഇന്റർവ്യൂ ?"

"ഓ യെസ്!" ജേക്കബ് ചാടി പറഞ്ഞു.

"ഓക്കേ, ദെൻ പ്ളീസ് വെയിറ്റ്" എന്ന് മറുപടി പറഞ്ഞവൾ മോണിറ്ററിൽ തിരക്കിട്ട് എന്തോ ചെയ്യുന്നുണ്ടായിരുന്നു. കുറച്ചു കഴിഞ്ഞപ്പോൾ ഉള്ളിൽ നിന്നും ഒരു ചേച്ചി വന്നവളോട് "മോളെ നീ ഇന്ന് ചെമ്മീൻ കറി കൊണ്ട് വന്നാ?'

"ഹേയ് ഇല്ലാ. നാളെ ഉറപ്പായും കൊണ്ട് വരാം ചേച്ചി."

മലയാളം? ഞാനും ജേക്കബും മുഖത്തോടു മുഖം നോക്കി പറഞ്ഞു.

പൊടുന്നനെ ഒരു ഇന്നോവ കാർ വന്നു നിന്നു. കൂടെ ഒരു മോഡലിംഗ് പെണ്ണും. "അളിയാ.. വീണ്ടും എന്റെ ടൈം". ജേക്കബ് പറഞ്ഞു. അയാൾ ഉള്ളിലേക്കു വന്നപ്പോൾ 'സർ ഗുഡ് മോർണിംഗ്" എന്നു ചാടി എണീറ്റ് അവൾ പറഞ്ഞു.

"സോണിയാ, ഇന്നലത്തെ കൊറിയർ എന്തായി?" "അത് അപ്പോ തന്നെ വിട്ടല്ലോ സർ".

“ഓക്കേ. അത് എന്നെ വിളിച്ചു അപ്ഡേറ്റ് ചെയ്ത് കൊണ്ടിരിക്കണം.” എന്നു പറഞ്ഞു കറുത്ത റെയ്ബാൻ ഗ്ലാസ് വെച്ച ആ മനുഷ്യൻ ക്യാബിനിലേക്കു പോയി. ഒരു മിനിറ്റ് കഴിഞ്ഞപ്പോൾ എം.ഡി അകത്തേക്ക് വിളിക്കുന്നു എന്ന് പറഞ്ഞു ഒരു ചേച്ചി വന്നു.അകത്തേക്ക് കയറിയപ്പോൾ 'ഗുഡ് മോർണിംഗ് സർ” “യെസ്, വെരി ഗുഡ് മോർണിംഗ്” എന്ന മറുപടിയും തന്നു.

"ഓക്കേ. വെർ ആർ യു ഗയ്സ് ഫ്രം?" സർ ചോദിച്ചു.

"വി ആർ ഫ്രം കൊച്ചിൻ മീഡിയ കോളേജ്" രണ്ടു പേരും ഒരുമിച്ചു പറഞ്ഞു.

"സൊ, യു ഗയ്സ് കേമം ഫോർ ദി ഇന്റർവ്യൂ റൈറ്റ്? സീ ബേസിക്കലി ദിസ് ഈസ് എ പബ്ലിക്കേഷൻ കമ്പനി. വി വാണ്ട് ലേഔട്ട് ട്രെയ്നീസ്. കമ്പനി സ്റ്റാർട്ട് ചെയ്തിട്ട് കുറച്ചേ ആയുള്ളൂ. സൊ ബിഗിനിങ്ങിൽ സാലറി തരാൻ പറ്റില്ല. പക്ഷെ നിങ്ങകൾക്കു ഇവിടെ നിന്നു നല്ല എക്സ്പീരിയൻസ് കിട്ടുമെന്നുള്ള കാര്യത്തിൽ സംശയം വേണ്ട. അതല്ലേ നാളേക്ക് വേണ്ടതും" സാറിൽ നിന്നു ഇത് കേട്ടതോടെ ഞാൻ വിഷമത്തിലായി. 'ലുക്ക് ഗയ്സ്. നിങ്ങൾ ആലോചിച്ചു ഡിസൈഡ് ചെയ്ത് ഇന്ന് ഈവനിംഗ് വിളിച്ചു പറഞ്ഞാൽ മതി. നാളെ നിങ്ങൾക്കു ഓഫർ ലെറ്റർ തരാം.'

വൃത്തികെട്ടവൻ എന്ന് മനസ്സിൽ വിചാരിച്ചു ഞങ്ങൾ രണ്ടു പേരും അവിടെ നിന്നിറങ്ങി. പോകുന്ന വഴിക്കു ജേക്കബ് പറഞ്ഞു "എടാ അവൾ കൊള്ളാമെടാ! പക്ഷെ നിന്നെക്കാൾ പൊക്കം ഉണ്ടോന്നു സംശയം". ഇത് കേട്ട് അരിശം വന്ന ഞാൻ 'എടാ നിർത്തെടാ,നാളെ തൊട്ടു ഇവിടേക്കുള്ള ബസ് ചാർജ് എങ്ങനെ ഉണ്ടാക്കുമെന്ന് ആലോചിക്കു, പണി പഠിക്കാം. വേറെ ഒന്നൂല്യ.അത്ര തന്നെ."

"ഓഫർ ഇല്ലാണ്ട് എന്ത് ഓഫർ ലെറ്റർ?" ജേക്കബ് പറഞ്ഞു. ഞാൻ വീട്ടിലെത്തുന്ന വരെ തല പുകഞ്ഞാലോചിച്ചു. അവസാനം മനസില്ലാ

മനസോടെ നാളെ തൊട്ടു വരാമെന്നു ഓഫീസിലേക്ക് വിളിച്ചു പറഞ്ഞു. പിറ്റേന്ന് രാവിലെ കുളിച്ചമ്പലത്തിൽ പോയി തിരുമേനിയെ കണ്ടു. "ജോലി കിട്ടിയില്ലേ. പണി വേഗം പഠിച്ചെടുത്താൽ പിന്നെ കുഴപ്പമില്ല. സാലറി ഒന്നും ഇപ്പോ നോക്കണ്ട." ഈ വാർത്ത ആരാണ് അപ്പോഴേക്കും ഇവിടെ കൊണ്ട് എത്തിച്ചെന്നു ഞാൻ മനസ്സിൽ വിചാരിച്ചു. തിരുമേനി അമ്പലത്തിൽനിന്നും പുറത്തു ഇറങ്ങീട്ട് ഏകദേശം ഒരു പത്തു ഇരുപത്തഞ്ചു കൊല്ലമായി. പക്ഷെ അമേരിക്കയിൽ നടക്കുന്ന കാര്യം ആദ്യം അറിയുന്നത് തിരുമേനി ആയിരിക്കും. ബ്രഹ്മചര്യത്തിന്റെ മൂർത്തീഭാവമായിരുന്നു തിരുമേനി. എല്ലാ കാര്യങ്ങൾക്കും തിരുമേനിയുടെ ഉപദേശം ഞാൻ തേടുമായിരുന്നു.

ആത്മവിശ്വാസത്തോടെ ഞാൻ എറണാകുളം ലിമിറ്റഡിൽ വണ്ടി കയറി. ഇടപ്പള്ളി സ്റ്റോപ്പിൽ എത്തിയപ്പോൾ ഇതുവരെ ക്ലാസ്സിൽ സമയത്തു വരാത്ത ജേക്കബ് റെഡി ആയി അവിടെ നില്കുന്നു. ഓഫീസിൽ ചെന്നപ്പോൾ പച്ച ഡ്രസ്സ് ഇട്ടിരുന്ന സോണിയ അന്നൊരു ചിത്രശലഭത്തെ പോലെ എനിക്ക് തോന്നി. ഞങ്ങളെ ബിജുനെ പരിചയപെടുത്തി കൊടുക്കാൻ സോണിയയോടു എം.ഡി പറഞ്ഞു. അവൾ ഞങ്ങളെ വേറെ ഒരു റൂമിൽ കൊണ്ട് പോയി. "ബിജു സർ ഇത് പുതിയ ട്രെനീസാണ്". എന്നിട്ടു തിരിഞ്ഞു ഞങ്ങളോട് "മീറ്റ് ബിജു സർ, ചീഫ് എഡിറ്റർ ഓഫ് ഔർ കമ്പനി."

'ഓക്കേ ഗയ്സ്, സിറ്റ് സിറ്റ്' എന്ന് ബിജു സർ പറഞ്ഞു.

ബിജു സർ നമ്മളോട് അയലപ്പക്കത്തെ പയ്യനെ പോലെ പെരുമാറി. സർ ആലപ്പുഴക്കാരനായിരുന്നു. ഉച്ചക്ക് സാറും ഞങ്ങളും ഒരുമിച്ചു ഊണ് കഴിക്കാൻ പോയപ്പോൾ ബിജു സർ സ്വന്തം ജേഷ്ഠനെ പോലെ ഞങ്ങളുടെ ബില്ല് കൂടി കൊടുത്തു. അങ്ങനെ അന്നത്തെ ഒരു ദിവസത്തോടെ ഓഫീസിൽ ഉള്ള എല്ലാവരും സ്വന്തം വീട്ടുകാരെ പോലെ തോന്നി.എന്നെ എല്ലാവരും കുറച്ചു കൂടി സീരിയസായ ഒരു കഥാപാത്രം ആയി ആണ് കണ്ടിരുന്നത്. എന്നാൽ ജേക്കബ് വന്നു കഴിഞ്ഞാൽ എല്ലാവരും ചിരിയും ബഹളവുമാണ്. അവിടെ അക്കൗണ്ട്സ് നോക്കിയിരുന്നത് അനീഷ ചേച്ചിയാണ്. ഒരു ദിവസം വെറുതെ സംസാരിച്ചിരുന്ന കൂട്ടത്തിൽ 'പണ്ട് ഞാൻ ഡാൻസ് കളിച്ചു വീണപ്പോൾ...'അവളെ മുഴുമിപ്പിക്കാതെ ജേക്കബ് കളിയാക്കി, 'നിനക്ക് ഡാൻസ് ഒക്കെ വരോ?'

'അയ്യടാ മോനെ, ഞാൻ ഉപജില്ലാ കലാതിലകമായിരുന്നു. എന്റെ വീട്ടിലൊരു കുന്നു സർട്ടിഫിക്കറ്റുണ്ട്. നഴ്സറി തൊട്ടു ഡിഗ്രി വരെ ഉള്ളത്. പിന്നെ എനിക്ക് കിട്ടിയ കുറെ മെഡലുകളും.' 'ഓ, നിനക്കപ്പോ മടലും കിട്ടീട്ടുണ്ടോ?' ജേക്കബ് പിന്നേം കളിയാക്കി. 'നീ പോടാ ജാക്കപ്പ. നിന്റെ വായേൽ നാക്കിനു നിനക്ക് മടൽ അല്ല ഓസ്കാർ കിട്ടും. പോടാ പട്ടി.' 'നല്ല കുടുംബം'. ജേക്കബ് പതിയേ പറഞ്ഞു. അങ്ങനെ എന്നും ജേക്കബുമായി അടി പിടിയായിരുന്നു സോണിയ. അങ്ങനെ സോണിയ ജേക്കബിനോടുള്ള ദേഷ്യം മൂലം ആനന്ദിനോട് കൂടുതൽ അടുപ്പം കാണിച്ചു തുടങ്ങി. എന്റെ

ഒപ്പമായി പിന്നെ ബസ് സ്റ്റോപ്പിലേക്കുള്ള അവളുടെ നടത്തം. ചീറി പാഞ്ഞു വരുന്ന ലിമിറ്റഡിൽ ചാടി കയറി ഞാൻ അവൾക്കൊരു സഹായിയായി മാറി സത്യത്തിൽ അവളെ കണ്ടാൽ ബസുകാർ നിർത്തി കൊടുക്കുമെന്നു എനിക്ക് അറിയാമായിരുന്നു.

രാവിലെ കോളേജും ഉച്ചക്ക് ഓഫീസുമായി ദിവസങ്ങൾ കടന്നു പോയി. ഓഫീസിൽ ഞാൻ കണ്ട മുഖങ്ങളിൽ വ്യത്യസ്തമായി രണ്ടു കഥാപാത്രമുണ്ടായിരുന്നു. മാലിനി കരുണും ബെന്നി മാത്യൂയും. മാലിനി കരുൺ കുട്ടനാട്ടുകാരി ആയിരുന്നു. പ്രോട്ടോകോൾ വെച്ചു ബിജു സർ അവളുടെ ബോസ് ആയിരുന്നെങ്കിലും അവൾക്കു എംഡിയുമായി ഒരു പ്രത്യേക അടുപ്പം ഉണ്ടായിരുന്നു. ശരിക്കും പറഞ്ഞാൽ സോണിയയയാണ് അയാളുടെ സെക്രട്ടറി എങ്കിലും മാലിനിയോടായിരുന്നു എംഡിക്കു അടുപ്പം. ഓഫീസിൽ ജോയിൻ ചെയ്തു കുറച്ചു നാളുകളിൽ തന്നെ ക്രെഡിറ്റ് കാർഡ്,അഡ്വാൻസ് ലോൺ ഫെസിലിറ്റി ഓഫീസിന്റെ അടുത്ത് അക്കോമഡേഷനും അവൾ റെഡി ആക്കിയിരുന്നു. എംഡി വന്നാൽ പിന്നെ മുടി ഈരലും ലിപ്സ്റ്റിക്ക് ഇടലും ഇടക്കിക്കിടക്കു ബാഗിൽ ഒരു കൊച്ചു കണ്ണാടി നോക്കലുമായി മാലിനി തിരക്കിലാവും.

വൈകുന്നേരത്തെ സായം സന്ധ്യയിൽ ജോലി കഴിഞ്ഞ് പുറത്തിറങ്ങി സോണിയ നിന്നപ്പോൾ ദീപാരാധന കഴിഞ്ഞ കോവിലിലെ ദേവി പുറത്തിറങ്ങിയ പോലെ തോന്നിച്ചു.

"ശൊ! ഇന്നും ഞാൻ വീട്ടിലെത്താൻ വൈകും. എന്താ ചെയ്യാ.." സോണിയ പരിഭ്രമത്തിൽ പറഞ്ഞു.

"നീ എന്തിനാ പേടിക്കുന്നെ ഞാൻ കൊണ്ടാക്കാം. ഞാൻ ഇന്ന് അതു വഴി പോകാം. അത്ര അല്ലെയുള്ളൂ." ലാഘവത്തോടെ ഞാൻ പറഞ്ഞു.

"നിനക്കൊക്കെ തമാശയാണ്.എന്നിട്ടു വേണം നാട്ടുകാർ ഓരോന്ന് പറഞ്ഞുണ്ടാക്കാൻ". സോണിയ ചിരിച്ചു പറഞ്ഞു.

"അവരുടെ ചിലവിനല്ലല്ലോ നീ കഴിയുന്നത്". എനിക്ക് ദേഷ്യം വന്നു.

"അത് നിനക്കിപ്പോ പറഞ്ഞാൽ മനസിലാകില്ല, നിനക്കൊരു പെങ്ങളുണ്ടായിരുന്നെങ്കിൽ ഞാൻ എന്താ പറയുന്നെന്നു മനസിലായേനെ".

"ഹും" ഞാൻ മനസ്സിൽ മുരണ്ടു. അങ്ങനെ ഞങ്ങളുടെ ബസ് വന്നു ചവിട്ടയതും അവൾ മുന്നിൽ ചാടി കയറി 'ഓക്കേ പോ... 'എന്ന് കിളി ഉച്ചത്തിൽ പറഞ്ഞു. കിളിയുടെ കൈ തണ്ടയിലാണ് അവൾ കിടന്നിരുന്നത്. പിന്നിലൂടെ ചാടി കയറിയ ഞാൻ ഒരു വിധം മുന്നിലെത്തി അവളുടെ അടുത്ത് നിന്നു. നീങ്ങി നിൽക്കാൻ അവൾ ശ്രമിച്ചപ്പോ ഞാൻ പറഞ്ഞു "ഇനിയിപ്പോ നാളെ ഞായർ കഴിഞ്ഞു തിങ്കളാഴ്ച അല്ലെ കാണാൻ പറ്റൂ."

"അതോണ്ട് ?" അവൾ ആശ്ചര്യത്തോടെ ചോദിച്ചു.

"അതോണ്ടൊന്നുമില്ല, നാളെ എന്നെ വിളിക്കണം. മിസ്സ്ഡ് അടിച്ചാൽ മതി, ഞാൻ തിരികെ

വിളിക്കാം" ഞാൻ ആളുകൾ കേൾക്കാതെ പതിയെ പറഞ്ഞു.

"ഓ! ദേഷ്യം വന്നലോ അപ്പോഴേക്കും, സോറി! നീ പറഞ്ഞോ ഞാൻ കേൾക്കാം."

ഞാൻ അവളുടെ മുന്നിലേക്കു കയറി വട്ടം നിന്ന് "സോണിയ.. എനിക്ക് നിന്നെ ഇഷ്ടമാണ്"

"ടാ..നോ" അവൾ പെട്ടെന്ന് പറഞ്ഞു.

"നീ ഇപ്പോൾ ഒന്നും പറയണ്ട. നിനക്ക് നാളെ 11 മണി വരെ സമയം ഉണ്ട്. അതിന്റെ ഉള്ളിൽ നീ ഇനി ഫോൺ വിളിച്ചു പറയണം നിനക്ക് എന്നെ ഇഷ്ടമാണോ അല്ലെന്നു". "അല്ലടാ ഭീഷണിയാണോ" അവൾ മുഴുമിപ്പിക്കുന്നതിനു മുമ്പ് ചാടി കയറി "നീ ആലോചിച്ചിട്ടു നാളെ പറഞ്ഞാൽ മതി. ഞാൻ ഇറങ്ങാണ്. ബൈ." എന്ന് പറഞ്ഞു.

സായം സന്ധ്യയുടെ തലോടലിൽ മന്ദമാരുതൻ ഒരു കളിതോഴനെ പോലെ അവളുടെ കേശ ഭാരങ്ങളിൽ ആടി കളിച്ചു. ഒരു തരം നനത്ത കാറ്റു എന്നിലേക്ക് ആവാഹിക്കുന്ന പോലെ.

വീട്ടിൽ എത്തിയ ഞാൻ ഭക്ഷണം കഴിച്ചു കിടന്നിട്ടു ഉറങ്ങാൻ കഴിഞ്ഞില്ല. തിരിഞ്ഞും മറഞ്ഞും കിടന്നതല്ലാതെ ഉറങ്ങാൻ കഴിഞ്ഞില്ല. അപ്പോളാണ് അവളുടെ പാട്ടും ഡാൻസും റെക്കോർഡ് ചെയ്തത് ഓർമ്മ വന്നത്. ഞാൻ പാട്ടു മൊബൈലിൽ വെച്ചു. 'ഈറൻ മേഘം പൂവും കൊണ്ടേ പൂജക്കായി ക്ഷേത്രത്തിൽ പോകുമ്പോൾ' പാട്ടു കേട്ട് ഞാൻ എപ്പോഴോ അറിയാതെ ഉറങ്ങിപ്പോയി.

"ഓക്കേ ഫൈൻ. ഞാൻ ഇന്നലെ ചോദിച്ച ചോദ്യത്തിന് ഉത്തരം പറയു" ഞാൻ വീണ്ടും തിടുക്കത്തിൽ ചോദിച്ചു.

"എടാ ഞാൻ നീ വിചാരിക്കുന്ന പോലെയല്ല എന്റെ വീട്ടിലെ കാര്യം". അവളും തിടുക്കത്തിൽ പറഞ്ഞു.

"നിന്നോട് നിന്റെ വീട്ടിലെ കാര്യങ്ങൾ അല്ല ഞാൻ ചോദിച്ചത്?" ഉത്കണ്ഠയോടെ ഞാൻ ചോദിച്ചു.

"എനിക്ക് ഇഷ്ടക്കുറവൊന്നും ഇല്ല. പക്ഷെ നമ്മൾ ചേരില്ല. നിന്റെ പോലെ ഞാൻ റിച്ചൊന്നുമല്ല മാഷേ" അവൾ എന്നെ കളിയാക്കിയത് പോലെ തോന്നി.

"നീ റിച്ചാണോന്നു നോക്കിയല്ല ഞാൻ നിന്നെ ഇഷ്ടപെട്ടത്" ഞാൻ പതിയെ പറഞ്ഞു.

"ഒക്കെ ശെരിയാണ് പക്ഷെ ഇപ്പോൾ ഇങ്ങനെ പോട്ടെ. എനിക്ക് ഇഷ്ടക്കുറവൊന്നുമില്ല. കൂടുതലൊന്നും ഇപ്പോ പറയാനില്ല". അവൾ മുഴുമിപ്പിക്കാതെ ഫോൺ കട്ട് ചെയ്തു.

"ഓക്കെ അത്രേം മതി." എനിക്കുണ്ടായ സന്തോഷത്തിനു അതിരുകൾ ഇല്ലായിരുന്നു. അതിരുകൾ ഇല്ലാത്ത ലോകത്തു രാജ്യം കീഴടക്കിയ രാജാവിനെ പോലെ ഞാൻ പറന്നു നടന്നു. അപ്പോളേയ്ക്കും സ്ക്രൂഡ്രൈവറുമായി അച്ഛൻ അടുത്ത പണിക്കു വിളിച്ചു.

മാത്യൂനെ പരിചയപെട്ടപ്പോൾ 'വെൽക്കം ടു ഔർ ഗ്രൂപ്പ്!' എന്നു പറഞ്ഞു ഹസ്തദാനം ചെയ്തു. ആളൊരു തൃശ്ശൂർക്കാരനാണ്. ഒരു കർഷക കുടുംബ പശ്ചാത്തലമുള്ള ഒരു വിദ്യാസമ്പന്നൻ.

ട്രെയിനീസ്

സ്നേഹത്തോടെ എല്ലാവരും മത്തായി എന്നാ വിളിക്കുന്നത് എല്ലാവർക്കും ഓഫീസിൽ മത്തായി ചേട്ടനെ വലിയ ആദരവാണ്. സാമ്പത്തിക കാര്യങ്ങളിൽ മത്തായി ചേട്ടൻ വളരെ കാർക്കശ്യം നിലനിർത്തിയിരുന്നു. മാർക്കറ്റിംഗ് മാനേജർ ആയതു കൊണ്ട് കുറച്ചു പതപ്പിച്ചു സംസാരിക്കാൻ അഗ്രഗണ്യനായിരുന്നു. കടിച്ചാൽ പൊട്ടാത്ത ആംഗലേയ ഭാഷക്ക് ഉടമ ആയിരുന്നു ആ കഥാപാത്രം. പക്ഷെ സ്ത്രീ വിഷയത്തിൽ ആളൊരു വെള്ളരി പ്രാവാണ്. സോണിയയെ മാലിനിയെയോ മറ്റോ കണ്ടു കഴിഞ്ഞാൽ മത്തായി ചേട്ടന് വാചാലനായ വാക്മിയായി മാറും. മാലിനിയെ കണ്ടാൽ പിന്നെ മുന്നിലോട്ടു പോകണോ പിന്നിലേക്കു പോകണോ എന്നറിയില്ല. 'പൂവ് തോട്ടത്തിൽ നില്കുന്നത് തന്നെയാ ഭംഗി. അത് പറിച്ചു എടുക്കാൻ ഈ മത്തായിയെ കിട്ടില്ല' എന്നു ഇടയ്ക്കിടെ വീമ്പിളക്കുന്നത് കേൾക്കാം. സത്യത്തിൽ അത്രയും ധൈര്യം മത്തായിക്കില്ലെന്നാണ് വാസ്തവം. 'എത്ര ദൂരമാ ഇന്ന് മാർക്കറ്റിംഗ് പോയെന്നു അറിയോ. മനുഷ്യന്റെ ഊപ്പാട് എളകിപ്പോയി വണ്ടിയോടിച്ചിട്ട്, നിക്ക് സങ്കടാ വന്നു..' മത്തായി ചേട്ടൻ ഓഫീസിൽ ഇല്ലാത്ത സമയത്തു മറ്റുള്ളവർ അനുകരിച്ചു പറയുന്നത് കേൾക്കാം.

പുലർച്ചെ ഏതാണ്ട് നാലു മണിക്ക് മുമ്പേ എണീക്കുന്ന മത്തായി വളരെ നേരം യോഗ അഭ്യസിക്കും. പണ്ട് സ്കൂളിൽ പഠിക്കുമ്പോൾ ആറു കൊല്ലം കളരി പഠിച്ചിട്ടുണ്ട്. അതിന്റെ ഭാഗമായി എല്ലാ ദിവസവും മുടങ്ങാതെ പരിശീലിച്ചില്ലെങ്കിൽ അന്നേ ദിവസം ആകെ

ശരിയാക്കാത്ത പോലെയാണ്. അതുകൊണ്ടു എന്ത് സംഭവിച്ചാലും രാവിലെ എണീറ്റ് യോഗ ചെയ്യും. രാവിലെ ഓഫീസിൽ വരുമ്പോൾ സോണിയയോടു ഗുഡ് മോർണിംഗ് പറഞ്ഞാണ് മത്തായിയുടെ ആരംഭം. പിന്നെ മാലിനിയുമായി കുശലം പറച്ചിൽ. 'ഒരു നൂറ്റമ്പതു രൂപ തരാമോ മത്തായിച്ചാ അടുത്ത ആഴ്ച തിരിച്ചു തരാം' എന്നു മാലിനി ചോദിച്ചാൽ, "മോളെ മാലിനി, പൈസ ഞാൻ തരാം പക്ഷെ അതോണ്ട് നീ കുഴപ്പോണ്ടാക്കാതെ തന്നോളൂട്ടാ." മത്തായിയുടെ ഭാഷയിൽ 'അമ്മ വേറെ അന്നമ്മ വേറെ എന്ന പ്രയോഗമുണ്ട്. ആശാന്റെ കെയിൽ പൈസ ഉണ്ടെങ്കിലും ബെഡ് ഇല്ലാത്ത മരപലകയിലാണത്രെ ഉറക്കം.

പിന്നെയുള്ള ദിവസങ്ങളിൽ തന്ത്രപൂർവം ഞാൻ ജാക്കപ്പനെ ഒഴിവാക്കി. നേരം പോക്കുകളിൽ അവർ സോണിയയുടെ കഴിവുകൾ പുറത്തു എടുത്തു തുടങ്ങി. പാട്ടു പാടിച്ചു, ഡാൻസ് ചെയ്യിച്ചു. ഞാൻ മൊബൈൽ ക്യാമറയിൽ റെക്കോർഡ് ചെയ്തു.

"ഇതാണോ ഡാൻസ്?" ഇത് നമ്മുടെ നാട്ടിൽ തുള്ളൽ എന്നാണു പറയുന്നത്." ജാക്കപ്പൻ കളിയാക്കി.

"ഞാൻ ഇല്ല. മതി." ഏന്നു പറഞ്ഞു അവൾ നിർത്തി.

എനിക്ക് ജാക്കപ്പനോട് വന്ന ദേഷ്യം പറഞ്ഞു അറിയിക്കാൻ പറ്റാത്തത് ആയിരുന്നു. ആ ബഹളത്തിൽ ഇരിക്കുമ്പോൾ നല്ല മൊഞ്ചുള്ള ഒരു ഇത്താത്ത കുട്ടി ഇന്റർവ്യൂന് വന്നു. കൃത്യമായി

പറഞ്ഞാൽ നാലടിയിൽ താഴെ അവൾക്കു ഉയരം ഉണ്ടായിരുന്നുള്ളൂ. പത്താം ക്ലാസ് കഴിഞ്ഞിട്ടേയുള്ളൂയെന്ന് തോന്നുന്നു. അന്ന് തന്നെ അവളോട് ജോലിക്കു കയറിക്കോളാൻ എം.ഡി പറഞ്ഞു.

മാലിനിക്ക് പക്ഷെ അവളുടെ വരവ് ഇഷ്ടപ്പെട്ടില്ല. "എം.ഡി യുടെ ഫ്രണ്ട് പറഞ്ഞതു കൊണ്ട് അവൾ ഇവിടെ ജോലിക്കു വന്നു. എന്തിനാണാവോ ഈ പണി അറിയാത്ത ഓരോന്നിനെ പിടിച്ചു ഇരുത്തിയിരിക്കുന്നത്. വീട്ടിൽ ദാരിദ്ര്യമാണ്. ഒഴിവാക്കാൻ പറ്റാത്തോണ്ടു ഒരു ജോലി കൊടുത്തു അത്ര മാത്രം, അല്ലാതെന്താ". മാലിനി കണ്ടവരോടൊക്കെ പുലമ്പി നടന്നു. ആരെയെങ്കിലും ആവശ്യമില്ലാതെ കുറ്റപ്പെടുത്തുന്ന മാലിനിയുടെ സ്വഭാവം എനിക്ക് ഇഷ്ടമായിരുന്നില്ല.

രണ്ടു ദിവസങ്ങൾക്കു ശേഷം ഞാൻ തലവേദന എടുത്തു ഓഫീസിൽ ഡെസ്കിൽ കിടക്കുകയായിരുന്നു. കുറച്ചു കഴിഞ്ഞപ്പോൾ 'ഏട്ടാ' എന്നൊരു വിളി. നോക്കുമ്പോൾ ആ കുഞ്ഞി പെണ്ണ് ഒരു ചായ ഇട്ടു കൊണ്ട് വന്നു നിൽക്കുന്നു.

"എന്നെ ഒരു കുഞ്ഞി പെങ്ങളെ പോലെ കാണാം. എനിക്ക് ഒരു ഏട്ടൻ ഇല്ല, ആകെയുള്ളത് അമ്മ മാത്രമാണ്."

"എന്തൊക്കെയാണ് നീ പറയുന്നത്. എന്തായാലും കൊള്ളാം. എനിക്ക് സന്തോഷമായി". ചായ കുടിച്ച ഉഷാറിൽ ഞാൻ തിരിഞ്ഞു നോക്കുമ്പോൾ ജാക്കപ്പൻ കുട്ടികൾക്ക് വേണ്ടിയുള്ള കുഞ്ഞിപേജ്

ലേഔട്ട് ചെയ്തുകൊണ്ട് ഇരിക്കായിരുന്നു. അപ്പോൾത്തന്നെ ബിജു സർ അവൾക്കു ഒരു പേര് ഇട്ടു 'കുഞ്ഞിപേജ്". ചുരുക്കത്തിൽ ബിജു സാറിനു കളിയാക്കാൻ ഒരാളെ കൂടി കിട്ടി എന്ന് പറഞ്ഞാൽ മതിയല്ലോ!

"നീ സോണിയയുടെ പിന്നാലെ നടക്കുന്നുണ്ടെന്നു എനിക്ക് അറിയാം മോനെ. ഞാൻ ഈ പ്രായം കഴിഞ്ഞാ വന്നേ. നീ കാര്യം പറയ്, ബാക്കി നമ്മക്ക് നോക്കാം." സോണിയ... സോണിയ.. എന്ന് ബിജു സർ മൂളി. ബിജു സാറിന്റെ പിൻബലം കൂടി ആയപ്പോൾ പൂച്ച പെട്ടെന്ന് സിംഹം ആയ പോലെ എനിക്ക് തോന്നി. അപ്പോൾ സോണിയ ഡിസൈനിങ് റൂമിലേക്കു കയറി വന്നു. നിമിഷങ്ങൾക്കകം സിംഹം വീണ്ടും പൂച്ച ആയി മാറി. അവൾ അടുത്ത് വന്നാൽ പിന്നെ ഞാൻ വേറെ ഏതോ ലോകത്താണ്.

അങ്ങനെ ഒരുപാടു നല്ല ദിസവസങ്ങൾ ഞങ്ങളുടെ ഇടയിലൂടെ കടന്നു പോയി. ഋതുക്കൾ വന്നു ശിശിരവും ഗ്രീഷ്മവും വന്നു. ഒരു ദിവസം ചായ കുടിച്ചിരിക്കുമ്പോൾ പെട്ടെന്ന് എനിക്ക് ഒരു കാൾ വന്നു. "എനിക്ക് ശ്വാസം കിട്ടുന്നില്ല, നല്ല നെഞ്ചു വേദനയാണ്.ഗ്യാസ് പോലെ അല്ല ഇത് വേറെ ഒരു വേദനയാണ്", കേട്ടപാതി കേൾക്കാത്ത പാതി ഞാൻ അവളേം കൊണ്ട് ഹോസ്പിറ്റലിൽ പോയി. ബിജു സാറിനോട് ലീവ് വിളിച്ചു പറഞ്ഞു. അവിടെ ചെന്നപ്പോൾ കാർഡിയോളോജിസ്റ് പറഞ്ഞു ചില ടെസ്റ്റുകൾ നടത്തണമെന്ന്. അതിനിപ്പോ പെട്ടെന്ന് പൈസ കണ്ടെത്തണമല്ലോ എന്നായി പിന്നെ എന്റെ ചിന്ത. അപ്പോൾ തന്നെ ബിജു സാറിനെ വിളിച്ചു ഒരു

പത്തു രൂപ കടമായി തരാൻ ആവശ്യപ്പെട്ടു. ബിജു സർ അപ്പോ തന്നെ ബൈക്ക് എടുത്തു വന്നു കൊണ്ട് തന്നു. "എടാ അവളുടെ വീട്ടിൽ അറിയിക്കണ്ടേ?" ബിജു സർ എന്റെ മുഖത്തേക്ക് തിരിഞ്ഞു ചോദിച്ചു. "ഇന്ന് വേണ്ട, ടെസ്റ്റ് ഒക്കെ കഴിഞ്ഞിട്ടു നാളെ ആകാം" എന്ന് ഞാൻ മറുപടി കൊടുത്തു. അങ്ങനെ അവളെ അവിടെ അഡ്മിറ്റ് ചെയ്തു ഞങ്ങൾ എല്ലാവരും വീട്ടിലേക്കു പോയി.

വീട്ടിൽ ഒറ്റക്ക് ഇരുന്നിട്ട് ഒരു സ്വസ്ഥതയും ഇല്ല.

"ടാ ആനന്ദേ നീ അവിടെ ഉണ്ടോ?
പടിഞ്ഞാപ്പുറുത്തേക്കു വാ." അച്ഛൻ വിളിക്കുന്നു.

ഞായറാഴ്ച ആയാൽ അച്ഛൻ എണ്ണയൊക്കെ തേച്ചു ഒരു തോർത്ത് മുണ്ട് ഉടുത്തു നടക്കും. കയ്യിൽ ഒരു സ്ക്രൂ ഡ്രൈവറും സ്പാന്നറും ഉണ്ടാവും. കുറച്ചു പൊട്ടിയ പൈപ്പ് മുഴുവനുമായി പൊട്ടിക്കുന്നതാണ് പതിവ്. അവസാനം പ്ലംബറെ വിളിച്ചു സെറ്റ് അടക്കം മാറ്റേണ്ടി വരും. അങ്ങനെ ആ കലാ പരിപാടി കഴിഞ്ഞപ്പോൾ 10 :45 ആയി. 10:48 ആയപ്പോൾ ഞാൻ വീണ്ടും മൊബൈൽ നോക്കി. എനിക്ക് ശ്വാസം മുട്ടുന്ന പോലെ തോന്നി. അങ്ങനെ 11 ആയി. 11:10 ആയി. 11:15 ആയി കാൾ പോയിട്ടു മിസ്കാൾ പോലും വന്നില്ല. എനിക്ക് ദേഷ്യം സങ്കടവും എല്ലാം ഒരുമിച്ചു വന്നു. എന്ത് ചെയ്യണമെന്നു അറിയാതെ ഞാൻ തരിച്ചു പോയി.

'തുജേ ദേഖാ തോയെ ജാനസനം' എന്റെ മൊബൈൽ ശബ്ദിച്ചു.

മൊബൈൽ ചാടി എടുക്കാൻ നോക്കിയപ്പോൾ അത് താഴെ വീണു ബാറ്ററി ഇളകി സ്വിച്ച് ഓഫ് ആയി. "ശ്ശെ!" ദേഷ്യത്തോടെ ഞാൻ അത് വീണ്ടും കൂട്ടി ചേർത്ത് ഓൺ ചെയ്തപ്പോൾ മൊബൈൽ വീണ്ടും അടിച്ചു. ഞാൻ ചാടി 'ഹലോ' പറഞ്ഞു.

"എടാ ഇത് ഞാൻ ആണ് സോണിയ, എന്ത് എടുക്കുവാ നീ" അവൾ വളരെ ലാഘവത്തോടെ ചോദിച്ചു.

"ഹോ! എന്താ നീ വിളിക്കാഞ്ഞേ? ഞാൻ 11 മണി തൊട്ടു കാത്തു നിക്കായിരുന്നു." "റിസൽറ്റ് എന്തായി. ഡോക്ടർ എന്ത് പറഞ്ഞു ? ഞാൻ വെപ്രാളത്തിൽ മറുചോദ്യം ചോദിച്ചു.

"റിസൽറ്റ് എന്താവാൻ ഒരു വാൽവ് എന്തോ കംപ്ലെയിന്റ് ഉണ്ട് അത് എത്രയും പെട്ടെന്നു ഓപ്പറേഷൻ നടത്തണമെന്നൊക്കെ ആണ് ഡോക്ടർ പറയണത്. അതൊന്നും ഇപ്പോ നടക്കണെ കാര്യമല്ല, അച്ഛന്റെ കയ്യിൽ ഇപ്പോ പൈസ ഒന്നുമില്ല." അവൾ ഇത് പറഞ്ഞത് കേട്ട ഞാൻ "പൈസ ഒക്കെ വിട്. അതൊക്കെ നമുക്കു റെഡി ആക്കാം, ഇവിടെ ഇപ്പോ നീ അതൊന്നും ആലോചിക്കേണ്ട റസ്റ്റ് എടുക്കു. പിന്നെ ബിജു സർ നിന്റെ വീട്ടിൽ വിളിച്ചു പറഞ്ഞു അവരൊക്കെ ഇപ്പോ ഹോസ്പിറ്റലിൽ നിന്നെ കാണാൻ എത്തും."

അങ്ങനെ രണ്ടാഴ്ച കഴിഞ്ഞു ഓപ്പറേഷൻ ദിവസം വന്നെത്തി. ഞാൻ രാവിലെ കുളിച്ചമ്പലത്തിൽപോയി അവൾക്കു വേണ്ടി പ്രാർത്ഥിച്ചു. ഹോസ്പിറ്റലിലേക്ക് ബസ് പിടിച്ചു. ഓപ്പറേഷൻ നന്നായി നടന്നു. പിറ്റേ ദിവസം ആയി, ഡോക്ടർ പറഞ്ഞു "സോണിയയെ ICU തന്നെ

കിടത്തണം, അവളുടെ ശരീരം വീക്ക് ആയതു കൊണ്ട് ഓപ്പറേഷൻ ചെയ്തത് അവളുടെ ശരീരം അതിനോട് പൊരുത്തപെടുന്നില്ല, നന്നായി പ്രാർത്ഥിക്കു എല്ലാവരും അല്ലാതെ ഇപ്പോ ഒന്നും പറയാൻ പറ്റില്ല." ഇത് കേട്ട അവളടെ അച്ഛനും അമ്മയും കരയാൻ തുടങ്ങി. എന്റെ നെഞ്ചു ചെറിയ കല്ലുകളായി പൊടിഞ്ഞുപോകുന്ന പോലെ തോന്നി.

അങ്ങനെ അഞ്ചായി പത്തായി ദിവസങ്ങൾ കടന്നുപോയി,അവളെ ICU ഇൽനിന്നു ഇത് വരെ മാറ്റിയിട്ടില്ല. പതിനാലാം നാൾ ഞാൻ വൈകീട്ട് ചെന്നപ്പോൾ അവളുടെ 'അമ്മ എന്നോട് അവളെ നോക്കിയാ കാര്യവും കഷ്ടപ്പെട്ടു പൈസ ഉണ്ടാക്കിയ കാര്യങ്ങളൊക്കെ പറഞ്ഞു കൊണ്ടിരുന്നു. ഇതെല്ലാം കേട്ട ഞാൻ ആകെ വല്ലാത്ത ഒരു അവസ്ഥയിലായി. ഞാൻ ഡോക്ടറുടെ റൂമിൽ പോയി "ഡോക്ടർ, അവളുടെ അമ്മക്ക് ഒന്ന് അവളെ കാണാൻ പറ്റോ" എന്ന് ചോദിച്ചു.

“ഇല്ല ഇപ്പോ കേറി കണ്ടാൽ അവൾക്കു ഇൻഫെക്ഷൻ ആകും” എന്ന് ദ്യതിപ്പെട്ടു ഡോക്ടർ പറയുന്നത് കേട്ട് ഞാൻ ഒരു ഭ്രാന്തനെ പോലെ ആയി. നിസ്സഹായതയുടെ ആ ദയനീയ മുഖം എന്റെ മനസിനെ മത്തു പിടിപ്പിച്ചു. എന്റെ ചെവിയിലൂടെ അവൾ എന്നെ വിളിക്കുന്ന പോലെ എനിക്ക് തോന്നി. ഞാൻ ദേഷ്യത്തിൽ ICU ഡോർ തള്ളി തുറന്നു അകത്തു കടക്കാൻ ശ്രമിച്ചപ്പോൾ സെക്യൂരിറ്റി തടുത്തു "ഡോക്ടർ ഡോക്ടർ" എന്ന് വിളിച്ചു. ഇത് കേട്ട ഓടി വന്ന ഡോക്ടർ പറഞ്ഞു “നിങ്ങൾക്കു പറഞ്ഞാൽ മനസിലാകില്ലേ,

അവളെന്റെ പേഷ്യന്റ് ആണ് ഞാൻ പറയാതെ നിങ്ങള്ക്ക് ഉള്ളിൽ പോകാൻ കഴയില്ല". ഇതുകേട്ട ബിജു സർ ഡോക്ടറോട് തട്ടി കയറി. അവിടെ ചെന്നപ്പോൾ ഞാൻ സ്തബ്ധനായി നിന്ന് പോയി. നീല ചുണ്ടുകളും അടഞ്ഞ കണ്ണുകളും വിറങ്ങലിച്ച ശരീരവുമായി അവൾ അവിടെ കിടക്കുന്നു. അവൾ മരിച്ചു കഴിഞ്ഞിരിക്കുന്നു. ഇത് കണ്ട ഞാൻ കിടന്നലറി..അപ്പോളേക്കും എല്ലാവരും ഓടി വന്നു. ഡോക്ടറുടെ ഷർട്ട് വലിച്ചു ഞാൻ കീറി. ഒരു ഭ്രാന്തനെ പോലെ ഞാൻ അയാളുടെ കഴുത്തിൽ പിടിച്ചു ഞെരിച്ചു കൊണ്ട് ചോദിച്ചു" പറ എന്താ അവൾക്കു പറ്റിയത്? പറയാൻ.." “അവൾ മരിച്ചിട്ടു അഞ്ചു ദിവസമായി. മാനേജ്മെൻറ് പറഞ്ഞിട്ടാണ് ഞാൻ ഡിസ്ചാർജ് ചെയ്യാതിരുന്നത്. എന്നോട് ക്ഷമിക്കണം.ഞാൻ നിരപരാധിയാണ്. അവളെ രക്ഷിക്കാൻ മാക്സിമം ശ്രമിച്ചതാണ്. നടന്നില്ല". അവിടെ ആകെ കൂട്ട കരച്ചിൽ ആയി. അവള് പോയ് ഇനി ആർക്കും ഇങ്ങനെ വരരുതെന്ന് വിചാരിച്ചു ഞാൻ ബിജു സർ പറഞ്ഞ പ്രകാരം ഹോസ്പിറ്റൽ മാനേജ്മെന്റിന്റെ ഈ ക്രൂര പ്രവൃത്തിക്കെതിരെ കേസിനു പോയ്. 3 വര്ഷങ്ങള്ക്കു ശേഷം എല്ലാ മാനേജ്മെൻറ് അധികാരികൾക്കും ശിക്ഷ വാങ്ങി കൊടുത്തു. ഇതെല്ലാം കണ്ടു അവൾ അവിടെ ഇരുന്നു സന്തോഷിക്കുന്നുണ്ടാകും..

***

III

വിശ്വാസ കൂടുകൾ

ഒരു ദിവസം കണ്ടത്തിൽ പശുക്കളെ മേയ്ക്കാൻ ഇറങ്ങിയപ്പോൾ വരഞ്ഞിട്ടിരിക്കുന്ന നീർച്ചാലിന്റെ നടുവിലേക്ക് അവളുടെ അമ്മ ബോധം കെട്ടുവീണു. അപ്പുറത്തു കുറുക്കനെ പിടിക്കാൻ കുറ്റികാട്ടിൽ കെണി ഒരുക്കുന്ന തിരക്കിലായിരുന്നു അപ്പൻ. 'അയ്യോ!! എന്താ പറ്റിയേ' എന്ന് പറഞ്ഞോണ്ട് അവളുടെ അനിയത്തി ഓടി വന്നു. കുറച്ചു വണ്ണമുള്ള അവളുടെ അമ്മയെ അപ്പൻ താങ്ങി അടുത്തുള്ള ഹോസ്പിറ്റലിൽ കൊണ്ടുപോയി. ഹോസ്പിറ്റലിൽ ഡോക്ടറിന്റെ പരിശോധനക്കു ശേഷം ജില്ലയിലെ മെഡിക്കൽ കോളേജിൽ പ്രഗത്ഭനായ ന്യൂറോ സർജൻ സജി കുരുവിളയെ റെഫർ ചെയ്തു. അടുത്ത ദിവസം തന്നെ മെഡിക്കൽ കോളേജിലേക്ക് യാത്ര ആയി. അവിടെ സ്കാനിങ്ങും മറ്റുമായി വിദഗ്ധ പരിശോധന നടത്തിയതിനു ശേഷം ഡോക്ടർക്കു ഒരു ചെറിയ സംശയം തോന്നി, ബൈയോപ്സി ടെസ്റ്റ് ചെയ്തു റിപ്പോർട്ട് കൊണ്ട് വരാൻ പറഞ്ഞു. ഇതിനിടയിൽ നഴ്സിങ്ങിന് പഠിക്കാൻ പോയ മകൾ ഓടിപ്പിടച്ചു നാട്ടിൽ എത്തി മെഡിക്കൽ കോളേജിൽ അമ്മയെ കാണാൻ വന്നു. ബൈയോപ്സി റിപ്പോർട്ട് കണ്ട അവൾ സ്തംഭിച്ചു പോയി. അമ്മക്ക് കാൻസർ ആണ്. ഡോക്ടർ സ്ഥിതീകരിച്ചു.

വിശ്വാസ കൂടുകൾ

കാൻസർ എന്ന മഹാവ്യാധിയെ കുറിച്ച് നല്ലവണ്ണം പഠിച്ചിട്ടുള്ള അവൾ മറ്റുള്ളവരുടെ മുമ്പിൽ ലാഘവത്തോടെ അഭിനയിച്ചു നിന്നു. അത്രേം നാളും ഉണ്ടായിരുന്ന സമാധാനത്തിന്റെ നല്ല ദിനങ്ങൾ ആ വീട്ടിൽ നിന്നും പതിയെ മാറാൻ തുടങ്ങി. രാത്രി അമ്മക്ക് കഞ്ഞി കൊടുത്ത് റൂമിൽ പോയി കിടക്കുമ്പോൾ അപ്പുറത്തുള്ള സ്ട്രീറ്റ് ലൈറ്റിന്റെ അരണ്ട വെളിച്ചത്തിലേക്ക് അവളുടെ കണ്ണുകൾ ചിമ്മാതെ നോക്കി നിന്നു. ഒന്ന് രണ്ടു മാസം കഴിഞ്ഞപ്പോൾ അവളുടെ കോഴ്സ് പൂർത്തിയായി. അവൾക്കു അടുത്തുള്ള ടൗണിൽ ഹോസ്പിറ്റലിൽ നേഴ്സ് ആയി ജോലി കിട്ടി. പഠിക്കാൻ വളരെ മിടുക്കി ആയിരുന്ന ആ കുട്ടി ജോലിയിൽ വളരെ സമർത്ഥമായി മുമ്പോട്ടു പോയി. ഇതിന്റെ ഇടയിൽ വീട്ടിലേക്കു വിളിക്കുമ്പോൾ യാതൊരു സമാധാനവും കിട്ടുന്നില്ല. കണ്ണടക്കുമ്പോൾ അമ്മയുടെ മുടി മുറിച്ച കീമോ തെറാപ്പി ചെയ്ത് എല്ലും തോലുമായി ആ രൂപം അവളുടെ രാത്രിയിലെ ഉറക്കങ്ങൾ കളഞ്ഞു. രാവിലെ എണീറ്റ് കുക്ക് ചെയ്യുന്നു ഹോസ്പിറ്റലിലേക്ക് ഓടുന്നു. ഹോസ്പിറ്റലിൽ ചെന്നാൽ ഈ വയ്യാത്ത രോഗികളെ ശുശ്രുഷിക്കുമ്പോൾ അവൾക്കു അവളുടെ അമ്മയെ ഓർമ വന്നുകൊണ്ടു ഇരുന്നു.

ഒരു ദിവസം ജോലി കഴിഞ്ഞു അവൾ വന്നു കട്ടിലിൽ കിടക്കുമ്പോ പൊടുന്നനെ അപ്പന്റെ കാൾ വന്നു. അപ്പൻ പറഞ്ഞു 'മോളെ അമ്മക്ക് സംസാരിക്കാൻ ഉണ്ട്'. ഫോൺ എടുത്തു അമ്മ പറഞ്ഞു 'മോളേ, ഈ ഞായറാഴ്ച പെണ്ണ് കാണാൻ നല്ല ഒരു കൂട്ടർ വരുന്നുണ്ട്.

ഞായറാഴ്ചയിലെ പ്രാർത്ഥന യോഗത്തിനു ശേഷം പാസ്റ്റർ മത്തായിയുടെ കുടുംബത്തിൽ പട്ടണത്തിൽ നല്ല ജോലിയുള്ള ഒരു ആളുണ്ട്. ആൾക്ക് അപ്പൻ മാത്രമുള്ളു, അമ്മയില്ല. അഞ്ചാറു വർഷങ്ങൾക്കു മുന്നേ അമ്മ മരിച്ചു പോയി. പിന്നെ ഒരു അനിയനും'. 'അയ്യോ! അമ്മെ, എനിക്ക് ഇപ്പോ കല്യാണം വേണ്ട. കരിയർ കുറച്ചു കൂടി സെറ്റ് ആയിട്ടു'. ഇതുകേട്ട അമ്മ അവളെ മുഴുവിപ്പിക്കാതെ 'ഇത് അമ്മേടെ തീരുമാനം ആണ്. അമ്മ ഇനിയെത്ര നാൾ ഉണ്ടെന്നു അറിയില്ല. അതോണ്ട് മോൾ എതിർപ്പു ഒന്നും പറയാതെയീ കല്യാണം പെട്ടെന്നു നടത്തണം. ഞായറാഴ്ച അവർ വന്നു മോളേ കണ്ടേച്ചു പോയിക്കോളും'. ഞായറാഴ്ച വന്നെത്തി. ഒരു പതിനൊന്നുമണി ആയപ്പോൾ കണ്ടാൽ ഒരാറടി പൊക്കമുള്ള ഇരുണ്ട നിറത്തിൽ കണ്ണട വെച്ച ഒരു മാന്യൻ. കാര്യങ്ങൾ വീട്ടുകാർ സംസാരിച്ചോണ്ടു ഇരിക്കെ അവർ രണ്ടു പേരും മാത്രമായി സംസാരിക്കാൻ ഉള്ളിലോട്ടു നിന്നു. അവർ തമ്മിൽ ആദ്യം എന്ത് സംസാരിക്കണം എന്നറിയാതെ മിഴിച്ചു നിന്നു.

അന്നവർ അങ്ങനെ തിരിച്ചു പോയി. അവളെ കാണാൻ അവൻ വീണ്ടും ഒരാഴ്ച കഴിച്ചു വന്നു. റൂമിൽ അകത്തു വെച്ച് കണ്ടതും എനിക്ക് ഇഷ്ടമായി എന്നും ചാടി കേറി അവൾക്കു ഒരു ഉമ്മ കൊടുത്തു. അടുത്ത നല്ല ദിവസം നോക്കി കല്യാണം നിശ്ചയിച്ച ശേഷം അവർ തമ്മിൽ ഫോൺ വിളികൾ ഒന്നും ഉണ്ടായില്ല. പുള്ളിയുടെ ജോലി തിരക്കുകൾ കഴിഞ്ഞു വീട്ടിൽ എത്തുമ്പോൾ തന്നെ പാതിരാത്രി രണ്ടൊക്കെ

ആവുമെന്ന് അയാൾ പറഞ്ഞു. അങ്ങനെ രണ്ടു മൂന്ന് മാസങ്ങൾ കടന്നു പോയി. അങ്ങനെ ദൈവനാമത്തിൽ അവർ വിവാഹിതരായി. വിവാഹം സ്വർഗത്തിൽ വെച്ച് നടക്കുന്നു. കാൻസർ രോഗിയായ അമ്മയുടെ സന്തോഷം പറഞ്ഞറിയിക്കാൻ പറ്റാത്തത് ആയിരുന്നു. മോൾക്ക് അവിടെ അമ്മായി അമ്മ പോരുണ്ടാവില്ല എന്നൊരു വലിയ സമാധാനം അവളുടെ കുടുംബത്തിൽ ഉണ്ടായിരുന്നു. കല്യാണം കഴിഞ്ഞു അവളെ അവരുടെ വീട്ടിലേക്കു കൊണ്ടുപോയി. ആ വീട് അവൾക്കു ഇതുവരെ കാണാൻ പറ്റാത്ത ഒരു പുതുലോകം സമ്മാനിച്ചു. അമ്മ മരിച്ചതിനു ശേഷം അപ്പൻ വേറെ കല്യാണം ഒന്നും കഴിച്ചിട്ടില്ല. സ്ത്രീകൾ ഇല്ലാത്ത ആണുങ്ങളുടെ ഒരു ലോകം. അടുക്കളയിൽ സഹായത്തിനു അതുവരെ ഒരു ത്രേസ്യമ്മ ചേടത്തി വന്നിരുന്നു. അവർക്കിപ്പോ ധീനമായ് കിടപ്പിലാണത്രെ! അവൾക്കു ഒരു മകളുണ്ട്, അവൾ കോളേജിൽ പോയി പഠിക്കുകയാണ്.

രാവിലെ നാലു മണിക്ക് മുന്നേ എണീറ്റ് അച്ഛനും ഭർത്താവിനും അനിയനും അവൾക്കും ഹോസ്പിറ്റലിക്കു കൊണ്ട് പോവാനുള്ള പല നേരത്തേക്കുള്ള ഫുഡ് ഉണ്ടാക്കി പെടഞ്ഞടിച്ചു ട്രെയിൻ കയറി വേണം ഏതാണ്ട് നാൽപതു കിലോമീറ്റർ ദൂരെ കിടക്കുന്ന ഹോസ്പിറ്റലിൽ എത്താൻ! ആളുകളെ കുത്തി നിറച്ച ട്രെയിനിൽ അവൾ പലപ്പോഴും നിന്നുറങ്ങുമായിരുന്നു. ഹോസ്പിറ്റലിൽ ചെന്നപ്പോൾ എല്ലാവരും അവളെ കളിയാക്കി. ഹണിമൂണിന് പോകാതെ ജോലിക്കു വന്നോ എന്ന് ചോദിച്ചു കൂടെ പണിയെടുക്കുന്നവർ

കളിയാക്കി ചിരിച്ചു. വൈകുന്നേരം ഡ്യൂട്ടി കഴിഞ്ഞു വന്നപ്പോൾ വീട് ആകെ കച്ചറ ആക്കി ഇട്ടിട്ടുണ്ട്. കിച്ചണിൽ പാത്രങ്ങൾ അവിടങ്ങളിലായി കൂട്ടി ഇട്ടിരിക്കുന്നു. അറുപതു എഴുപതു കിലോ ഭാരമുള്ള ഈ രോഗികളെ എടുത്തു പൊക്കി ക്ഷീണിച്ചു വന്നിരിക്കുന്ന അവൾക്കു ഇതെല്ലാം കൂടി കണ്ടിട്ടു അരിശം വന്നു. എല്ലാ പാത്രങ്ങളും കഴുകി വെച്ച് അവൾ നടു നിവർത്തിയപ്പോൾ ദൈവമേ, നല്ല തലവേദന എന്നവൾ മനസിൽ ചിന്തിച്ചു. അവൾ ഇന്ന് നന്നേ ക്ഷീണിതയായിരിക്കുന്നു, കിടക്കാൻ കിടന്ന രണ്ടു മണിക്കൂർ കഴിഞ്ഞപ്പോൾ ഭർത്താവ് വന്നു ബെൽ അടിച്ചു. അവളുടെ ചുണ്ടുകൾ അമർത്തി കടിച്ചു. അയാൾക്ക് ഒരു സ്ത്രീയോട് എങ്ങനെ പെരുമാറണം എന്ന് അറിയില്ല എന്ന് അവൾ ഊഹിച്ചു. അപ്പൊ തന്നെ ഒരു മര കക്ഷണം കുത്തി ഇറക്കുന്ന വേദനയോടെ സഹിച്ചു കിടന്നു. രണ്ട് മിനുട്ടിനുള്ളിൽ അവൻ കിതച്ചുമാറി. ' എന്താടി ഒരു വികാരമില്ലാത്ത ശവം പോലെ കിടക്കുന്നെ' എന്ന് പറഞ്ഞു അപ്പുറത്തേക്ക് തിരിഞ്ഞു കിടന്നുറങ്ങി. അവളുടെ കണ്ണുകളിൽ നിന്നും ചുടു കണ്ണീർ തുള്ളികൾ വീണുടഞ്ഞു. അത്രേം നാൾ അവൾ കാത്തിരുന്ന അവളുടെ ദാമ്പത്യ ജീവിതം ഒരു സമ്പൂർണ പരാജയമാണെന്ന് അവൾ അനുമാനിച്ചു. അവളോട് സംസാരിക്കാനോ അവളെ മനസ്സിലാക്കാനോ ശ്രമിക്കാത്ത ഒരാൾ, ഞാൻ ഇനി എന്ത് ചെയ്യും എന്നവൾ നെടുവീർപ്പിട്ടു ഉറങ്ങി പോയി.

പിറ്റേ ദിവസം രാവിലെ എണീറ്റ് അവൾ അവളുടെ കസിൻ ചേച്ചിയെ വിളിച്ചപ്പോൾ കസിൻ

ചേച്ചി ഹണിമൂൺ വിശേഷങ്ങൾ ഒക്കെ തിരക്കിയപ്പോൾ അവൾ അറിയാതെ നടന്നതെല്ലാം പറഞ്ഞു. ചേച്ചി പറഞ്ഞു ആണുങ്ങൾ അങ്ങനെ ഒക്കെ ആണ്, നമ്മൾ പെണ്ണുങ്ങൾ കുറച്ചൊക്കെ അഡ്ജസ്റ്റ് ചെയ്യണം. ദാമ്പത്യ ജീവിതം വിജയിക്കണമെങ്കിൽ ഭർത്താവ് ഹാപ്പി ആയിരിക്കണം. അവൾ വീണ്ടും പതിവ് പോലെ ട്രെയിൻ കയറി ഹോസ്പിറ്റലിൽ പോയി. അന്ന് എല്ലാം കൂടി ആലോചിച്ചു അവൾക്കു തല പൊട്ടുന്ന പോലെ തോന്നി. ഹെഡ് നഴ്സിനോട് ഇന്ന് നേരത്തെ പോവാൻ പെർമിഷൻ ചോദിച്ചിട്ടു വീട്ടിലേക്കിറങ്ങി. വീട്ടിലെത്തി, വീടിന്റെ പുറത്തു ഒരു സ്ത്രീയുടെ ചെരുപ്പ് കിടക്കുന്നത് കണ്ടു. ഡോർ തുറന്നു അവൾ ഉള്ളിലേക്കു കടന്നപ്പോൾ അപ്പന്റെ മുറിയിൽ നിന്നും എന്തോ ഞെരുക്കത്തിന്റെ ശബ്ദം കേട്ടു. ദൈവമേ അപ്പന് എന്തെങ്കിലും സംഭവിച്ചോ എന്നറിയാൻ കതകു പതുക്കെ തുറന്നു നോക്കിയപ്പോൾ അപ്പന്റെ കിടക്കയിൽ ത്രേസ്യമ്മയുടെ കോളേജിൽ പഠിക്കുന്ന മോൾ. അവളുടെ വിഷമങ്ങൾ കേട്ടിരിക്കായിരുന്നു എന്ന് അപ്പൻ പെട്ടെന്നു പറഞ്ഞു. ആ പെൺകുട്ടി അപ്പോൾ തന്നെ 'ഹാ ചേച്ചി പിന്നെ കാണാം' എന്ന് പറഞ്ഞു അവിടെന്നു നിന്ന് തൽക്ഷണം ഇറങ്ങിപ്പോയി.ഇതെല്ലം കണ്ടു അവൾ പരിഭ്രമത്തോടെ റൂമിൽ പോയി കതകു അടച്ചിരുന്നു. മനംപുരട്ടി അവൾക്കു ഓക്കാനം വന്നു. അവൾ അന്ന് പാത്രങ്ങൾ കഴുകീല്ല. ചെന്നികുത്തിന്റെ വേദന അവളുടെ നെറ്റിയിലേക്ക് ചൂഴ്ന്നു ഇറങ്ങുന്നുണ്ടായിരുന്നു.

രാത്രി അവളുടെ ഭർത്താവ് വന്നു കാളിങ് ബെൽ അടിച്ചപ്പോളാണ് അവൾ കതകു തുറന്നത്. അപ്പോഴേക്കും അപ്പൻ ഉറങ്ങിയിരുന്നു. ഭർത്താവിന്റെ കൈ ആഞ്ഞു വലിച്ചു അവൾ അയാളെ റൂമിലേക്ക് കൊണ്ട് പോയി. ഇന്ന് നടന്ന കാര്യങ്ങളൊക്കെ വിവരിച്ചു. 'നീ എന്തിനാണ് അപ്പന്റെ പേർസണൽ കാര്യങ്ങളിലേക്കു എത്തി നോക്കുന്നത്? 'അമ്മ മരിച്ചിട്ടു കൊല്ലങ്ങളായി. അപ്പനും ഒരു ആണാണ്. നീ ആവശ്യമില്ലാത്ത കാര്യങ്ങളിൽ ഇടപെടണ്ടാ'. അത് കൂടി കേട്ടപ്പോൾ അവൾ ആകെ അങ്ങ് നിസ്സഹായ ആയപോലെ ആയി. 'ഈ അപ്പന്റെ അല്ലെ മോൻ' എന്നോരോ സെക്കന്റിലും അവളുടെ ഉള്ളിൽ തെളിഞ്ഞു വന്നു കൊണ്ടേ ഇരുന്നു. അവൾ എങ്ങനെയൊക്കെയോ ഉറങ്ങി പോയി. ദിവസങ്ങൾ കടന്നുപോയി. രണ്ടു കൊല്ലങ്ങൾക്കു ശേഷം അവൾ ട്രെയിനിൽ യാത്ര ചെയ്ത കൊണ്ടിരിക്കുമ്പോൾ പെട്ടെന്നു ശർദ്ധിച്ചു. നിന്ന് യാത്ര ചെയ്തിരുന്ന അവൾക്കു ട്രെയിനിൽ മറ്റു യാത്രക്കാർ ഒരു സീറ്റ് തരപ്പെടുത്തി കൊടുത്തു. അവൾക്കു കണ്ണ് തുറക്കാൻ പറ്റിയിരുന്നില്ല. അവളവിടെ ഇരുന്നു ഉറങ്ങി പോയി.

വീടിന്റെ അടുത്തുള്ള ജംഗ്ഷൻ കഴിഞ്ഞു ഏഴു കിലോമീറ്റർ അപ്പുറത്തുള്ള സ്റ്റോപ്പിൽ എത്തിയപ്പോഴാണ് അവൾ കണ്ണ് തുറന്നത്. ആകെ എന്ത് ചെയ്യണമെന്ന് അറിയാതെ പരിഭ്രമത്തോടെ ഭർത്താവിനെ വിളിച്ചു. 'എനിക്കിപ്പോ ഇറങ്ങാൻ പറ്റില്ല. ഒരു മണിക്കൂർ ശേഷം ഞാൻ ഇറങ്ങാം' എന്ന് പറഞ്ഞു. ഒരു മണിക്കൂറോളം അവൾ ആ റെയിൽവേ സ്റ്റേഷനിൽ കൊതുകിനോട്

മല്ലടിച്ചിരുന്നു. കുറച്ചു കഴിഞ്ഞപ്പോൾ ഭർത്താവ് വന്നു കൊണ്ടുപോയി. വഴിയിൽ അവൾ വീണ്ടും ശർദ്ധിച്ചു. വീടിന്റെ അടുത്തുള്ള ക്ലിനിക്കിൽ പോയി ഡോക്ടറെ കണ്ടപ്പോൾ അവൾ ഗർഭിണി ആണെന്നും കോൺഗ്രേറ്റുലേഷനും പറഞ്ഞു. അവൾക്കു ക്ഷീണം കൊണ്ട് ഇരിക്കാൻ വയ്യായിരുന്നു. ഇത് കേട്ട ഭർത്താവ് ഒന്നും പറഞ്ഞില്ല. വീട്ടിൽ എത്തിയപ്പോൾ ആൾ അവളോട് ചായയുണ്ടാക്കി കൊണ്ട് വരാൻ പറഞ്ഞു. അവൾക്കു ഒന്ന് കിടന്നാൽ മതിയെന്നായിരുന്നു മനസിൽ.

ചായ കുടിക്കുമ്പോൾ ആൾ ചോദിച്ചു 'നമ്മളീ കൊച്ചിന്റെ ചിലവ് കൂടി എങ്ങനെ എടുക്കാനാ പ രിപാടി.' ഭാര്യ
പ്രെഗ്നന്റ് ആയി എന്ന് കേൾക്കുമ്പോൾ ഉണ്ടാവു മെന്ന് കരുതിയ മുഴുവൻ പ്രതീക്ഷയും അവളിൽ നിന്ന് പോയി. അവൾ അങ്ങനെ അവളുടെ അച്ഛ നോടും അമ്മയോടും ഫോൺ വിളിച്ചു പറഞ്ഞു. ഇ വിടെ അയാളുടെ ജോലിയും
അവളുടെ ശർദിയും കാര്യങ്ങളുമെല്ലാം കൂടി നട ക്കില്ലെന്നു പറഞ്ഞു അവളെ അവളുടെ വീട്ടിൽ കൊണ്ടാക്കി
കുറച്ചു ദിവസം. ഇടക്ക് അങ്ങോട്ടും ഇടയ്ക്കു ഇ ങ്ങോട്ടുമായി അതിന്റെയിടയിൽ ഡ്യൂട്ടിയൊക്കെ യായി
അവളുടെ ജീവിതം ഒരു ട്രെയിൻ പോലെ നീങ്ങി കൊണ്ടിരുന്നു. പത്തു മാസം തികയുമ്പോളേക്കും അവൾ
ഒരാൺ കുഞ്ഞിന് ജന്മം നൽകി. ആ പിഞ്ചു കു ഞ്ഞിനെ കൈയിൽ എടുത്തിട്ട് അയാളുടെ കയ്യി

ലേക്ക് വെച്ച്കൊടുത്തു. അതിനെ നോക്കി അയാൾ പറഞ്ഞു 'ഇവൻ എന്നെ പോലെ അല്ലാലോ ഇരിക്കണേ, ഇവൻ നല്ലവെളുത്തിട്ടാണ്. ഇത് എന്റെ ഒന്നുമല്ല'. പൊടുന്നനെയുള്ള ആളുടെ പ്രതികരണം കേട്ട് അവളുടെ ഹൃദയംപൊടിയുന്ന പോലെ തോന്നി. പ്രസവ വേദനയെക്കാളും കൂടുതൽ അവൾക്കു വേദനിച്ചത് ആ വാക്കുകൾ ആയിരുന്നു.

ഒരു മാസം കഴിഞ്ഞു അവൾ വീണ്ടും ഡ്യൂട്ടിക്ക് കയറി. എങ്ങനൊക്കെയോ ഒന്ന് രണ്ടു കൊല്ലങ്ങൾ കടന്നു പോയി. കുഞ്ഞിനിപ്പോ രണ്ടു വയസ്സായിരുന്നു. ആ കുട്ടിയെ ഒന്ന് എടുത്തു ലാളിക്കാൻ അയാൾ ഇത് വരെ തുനിഞ്ഞിട്ടില്ല. ഡ്യൂട്ടിക്ക് പോകുന്ന സമയം മുഴുവൻ അയാൾ ആ കുട്ടിയെ നോക്കുന്നുണ്ടാവുമോ എന്നൊക്കെയായി പിന്നെ അവളുടെ ചിന്ത. ഓരോ മിനിറ്റിലും അവൾ എന്തൊക്കെയോ മനസിൽ പേടിച്ചു കൊണ്ടിരുന്നു. വീട്ടിൽ വരുമ്പോളേക്കും ആ കുട്ടിയെ ഒരു സാഡിസ്റ്റിന്റെ പോലെ അയാൾ ഉപദ്രവിച്ചു കൊണ്ടിരുന്നു . അതിനിടയിൽ
അയാൾക്കു അയാളുടെ ജോബ് നഷ്ടപ്പെട്ടു. ആ ദേഷ്യം മുഴുവൻ അയാൾ ആ കുട്ടിയുടെ അടുത്ത് തീർത്തു. ആ
കുട്ടിക്ക് അപ്പൻ അടുത്തു വരുമ്പോൾ തന്നെ പേടി ആവുന്ന പോലെ കാണിക്കാൻ തുടങ്ങി. ഒരു ദിവസം അയാൾ
കുട്ടിയെ എടുത്തു അടിക്കുന്നത് കണ്ടപ്പോൾ സർവ ക്ഷമയും കെട്ട് അവൾ ഒരു പ്രതികാര ദുർഗയെ പോലെ അലറി. 'തൊട്ടു പോവരുത് എന്റെ കുഞ്ഞിനെ. നിക്ക് മടുത്തു, ഇനി നിങ്ങളുടെ കൂടെ

ഒരു നിമിഷം ജീവിക്കാൻ പറ്റില്ല' എന്ന് പറഞ്ഞു അവൾ ആ വീട് വിട്ടിറങ്ങി അവൾ അവളുടെ വീട്ടിൽ പോയി.

വീട്ടിൽ ചെന്നപ്പോൾ അപ്പനും അമ്മയും അവളെ ശകാരിച്ചു തിരിച്ചു അയക്കാൻ നോക്കി. സ്ത്രീ കൂടുതൽ ക്ഷമ കാണിക്കണമെന്നും ഭർത്താവിനെ അനുസരിക്കണമെന്നുള്ള കാര്യം നമ്മുടെ മതത്തിന്റെ പുസ്തകത്തിൽ പറഞ്ഞിട്ടുണ്ടെന്നും അവളെ ഓർമപ്പെടുത്തി. 'വ്യപിചാരം പാപം എന്ന പോലെ ഭാര്യയും ഭർത്താവിന് വിധേയപ്പെട്ട് ജീവിക്കണമെന്നും' അപ്പൻ പറഞ്ഞു മനസിലാക്കി. 'നിന്റെ അപ്പൻ എന്ത് ദേഷ്യക്കാരനാണെന്നു നിനക്ക് അറിയില്ലേ? എന്നിട്ടു ഞാൻ അപ്പനേം നിങ്ങളേം ഒക്കെ വിട്ടു പോയോ?' കാൻസർ രോഗത്തിൽ നിന്നും മുക്തി നേടി കൊണ്ടിരിക്കുന്ന അമ്മ തൊണ്ട വിങ്ങി പറഞ്ഞു. രണ്ടു ദിവസം കഴിഞ്ഞു അവരുടെ മതത്തിലെ ഔന്നത്യത്തിൽ ഇരിക്കുന്നവരുടെ ഫോൺ കോളുകൾ അപ്പനെ തേടി ചീറി പാഞ്ഞു വരാനും തുടങ്ങി. 'മകളെ മര്യാദക്ക് വളർത്തണമെന്നും അവളെ പറഞ്ഞു മനസിലാക്കി ഭർത്താവിന്റെ അടുത്തേക്ക് തിരിച്ചു പോവാൻ പറയണം' എന്ന് അവർ അപ്പനെ ചട്ടം കെട്ടി. 'നമ്മുടെ മതത്തിൽ ഡിവോഴ്സ് എന്ന ഒന്നില്ല. അത് പാപമാണ്" അവർ അപ്പനെ ഓർമപ്പെടുത്തി. ഇതെല്ലാം കേട്ട് വിഷമിച്ച അപ്പൻ അന്ന് രാത്രി അത്താഴം കഴിക്കാതെ കിടന്നു. രാത്രി കണ്ടത്തിൽ അടിക്കുന്ന കീടനാശിനി കലർത്തിയ ഒരു ഗ്ലാസ് പാൽ അപ്പൻ എടുത്തു

കുടിച്ചു. പിറ്റേ ദിവസം രാവിലെ ചോര ശർദിച്ചു കിടക്കുന്ന അപ്പനെ ആണ് ആ വീട് കണ്ടത്. വാർത്ത കേട്ട് നാടിന്റെ നാനാ ഭാഗത്തു നിന്നും ആ മതത്തിലെ കൂട്ടർ അവളുടെ വീട്ടിലേക്കു വന്നു കൊണ്ടിരുന്നു.

'നിന്റെ സ്വാർത്ഥത കൊണ്ട് നീ നിന്റെ അപ്പനെ കൊന്നു കളഞ്ഞു. നീയൊക്കെ കുടുംബത്തിൽ പിറന്ന പെണ്ണാണോ? നമ്മുടെ മതത്തിന്റെ പുസ്തക പ്രകാരം ജീവിച്ചിരുന്നെങ്കിൽ ഇന്നീ കുടുംബത്തിന് ഈ ഗതി വരിലായിരുന്നു. നമ്മുടെ കൂട്ടർക്ക് തന്നെ നീ നാണക്കേടുണ്ടാക്കി.' ഇതെലാം കേട്ട് അവളുടെ അമ്മ ' ഈ നിമിഷം നീ ഇവിടുന്നു ഇറങ്ങി പോണം എന്ന് അലറി. അപ്പന്റെ അന്ത്യ കർമങ്ങൾക്കു പോലും നീ നിക്കരുത് പോയ് നിന്റെ ഭർത്താവിന്റെ കൂടെ മര്യാദക്ക് ഒതുങ്ങി ജീവിച്ചോ' ഇതെല്ലം കേട്ട് ഭയന്നു അവൾ ആ നശിച്ച വീട്ടിലേക്കു വീണ്ടും യാത്രയായി. അവളുടെ ഭർത്താവിന്റെ ഭാഷയിൽ പറഞ്ഞാൽ വികാരമില്ലാത്ത ചത്ത ശവമായി ജീവിക്കാൻ അവൾ വീണ്ടും അയാളിലേക്ക് നടന്നു.

IV

ഫുൾ സ്റ്റോപ്പ്

ഞാൻ ആനന്ദ്, മുഴുവൻ പേര് താഴത്തു വീട്ടിൽ ആനന്ദ് മാധവൻ. സൂര്യപ്രകാശത്തിന്റെ കിരണങ്ങൾ ഏതെല്ലാമോ വഴിയിലൂടെ യാത്ര ചെയ്തു മെല്ലെ എന്റെ മുഖത്തു വീഴുന്നുണ്ട്. രാവിലെ ധൃതി പിടിച്ചു എങ്ങോട്ടോ പോകാൻ ആയി എല്ലാരും തിരക്ക് കൂട്ടുന്നു. അമ്മയുടെ വിളികേട്ട് ഞാൻ ഞെട്ടി എണീറ്റു. "മോനേ ചായ ഫ്ലാസ്കിലുണ്ട്. പഞ്ചസാരയിട്ടു കുടിച്ചോ" അമ്മ അടുക്കളയിൽ നിന്നും വിളിച്ചു പറഞ്ഞു. മോർണിംഗ് ടി നിർബന്ധമുള്ള ഞാൻ അമ്മയുടെ ശബ്ദം കേട്ടപാതി അടുക്കളയിലേക്കു ഓടി. പ്രാർത്ഥനക്കിടക്ക് തിരിഞ്ഞ അമ്മ "പോയി കുളിക്കു, ഇന്ന് തറവാട്ടിലേക്കു പോണം. അച്ഛമ്മയുടെ പിറന്നാൾ ആണ്." കേട്ടപാതി ഞാൻ അസ്വസ്ഥനായി. "ഞാനെങ്ങും ഇല്ലാ!" ഒരറ്റത്ത് വസ്ത്രങ്ങളോട് ഇസ്തിരിമായി മല്ലടിക്കുന്ന അച്ഛൻ അതുകേട്ടു വന്നു. "നീ കണ കുണയൊന്നും പറയണ്ട. പോയി കുളിക്ക്!" ഗർജിക്കുന്ന സിംഹത്തിനു മുൻപിൽ ഞാൻ എണീറ്റ് കുളിക്കാൻ പോയി. കുളി കഴിയുമ്പോളത്തേക്കും അച്ഛനും അമ്മയും റെഡിയായി ബൈക്കിന് പോയി കഴിഞ്ഞിരുന്നു.

വീട് പൂട്ടൽ കർമം ഭംഗിയായി നിർവഹിച്ചു ഞാനും ചേട്ടനും ബസ് സ്റ്റോപ്പിലേക്കു നടന്നു. വഴിനീളെയുള്ള ചേട്ടന്റെ ഉപദേശം സഹിക്കുന്നതിനും അപ്പുറമായിരുന്നു. തറവാട്ടിലേക്കു കടന്നു ചെല്ലുമ്പോൾ അമ്മായിയും അമ്മാവനും എല്ലാരും ചുറ്റും കൂടി നില്കുന്നു.

മക്കളും മരുമക്കളും എല്ലാരുമുണ്ട്. ഞങ്ങൾ എത്തിയതിനു ശേഷം അച്ഛനും അമ്മയും എത്തി. അച്ഛന് എവിടെയൊക്കെയോ കയറി എന്തൊക്കെയോ ഏല്പിക്കാനും മറ്റും ഉണ്ടായിരുന്നത്രെ. എല്ലാരേം കണ്ടപാടേ ഞാൻ ആകെ ചെറുതായി. മനസ്സിൽ ഉറങ്ങി കിടന്നിരുന്ന സഭാകമ്പം എവിടെന്നോ തല പൊക്കി.

കേക്ക് മുറിക്കാനായി അച്ഛമ്മ നടുക്കിലേക്കു വന്നു. "ദേട.മ്മെടെ..പേട്ട എത്തി!" ആരോ മുറുമുറുക്കുന്ന ശബ്ദത്തിൽ പറഞ്ഞത് കേട്ട് ഞാൻ അസ്വസ്ഥനായി. ഹോ പ്രാന്ത്! ആ വിളിയെന്നെ കുറേക്കൂടി ചെറുതാക്കുന്നു. "അങ്ങനെ നമ്മടെ എല്ലാം അമ്മയുടെ 78 -ആം പിറന്നാൾ ആഘോഷിക്കാൻ പോകുന്നു!" അമ്മാവൻ ഉറക്കെ വിളംബരം ചെയ്തു. എല്ലാവരും കൂടി 'ഹാപ്പി ബർത്തഡേ ടു യു..'എന്ന് പറയുന്നു. കൊച്ചു കുട്ടികൾ സ്തുതി ഗീതം പോലെ ഈണത്തിൽ ഏറ്റു പാടുന്നു. ഇതൊക്കെ കേട്ട് അച്ചമ്മ കേക്ക് മുറിക്കുന്നു. "ആദ്യം സ്നേഹനിധിയായ പുത്രന് കൊടുത്തോളു" എന്ന് അമ്മാവൻ. അച്ഛമ്മയുടെ നല്ല മോനല്ലേ എന്ന് പറഞ്ഞിട്ടു എന്റെ വായേലും എത്തി ഒരു വിഹിതം പിന്നീട്. വളരെ ധ്യുതിമതിയായിരുന്ന അച്ഛമ്മ സദ്യവട്ടത്തിനുള്ള ഒരുക്കങ്ങൾക്കായി പെണ്ണുങ്ങളെല്ലാവരെയും വിളിച്ചു അടുക്കളയിലേക്കു പോയി. ആണുങ്ങൾ എല്ലാവരും ടിവിയിലേക്കു മുഴുകി. പത്തിരുപതു നിമിഷം കഴിഞ്ഞപ്പോൾ എല്ലാവരും കൈ കഴുകി വന്നോളൂ എന്ന് പറഞ്ഞു അച്ഛമ്മ വിളിച്ചു. ഓരോ കാര്യങ്ങളെ കുറിച്ച് അമ്മാവന്മാർ സംസാരം തുടങ്ങി. "ഞാൻ പണ്ട് കുവൈറ്റിൽ ആയിരുന്നപ്പോൾ ..." ഹോ ബോറിംഗ് മരവിച്ച പുരാണം കേട്ട്..

ഞാൻ എണീറ്റ് പതുകെ തടി തപ്പാൻ ശ്രമിച്ചപ്പോ "നീ ഇനി എന്താ ചെയ്യാൻ പോണേ?" അമ്മാവൻ

ചോദിച്ചു. "ഞാൻ ഇനി ഗ്രാഫിക്സ്..." "ഡിഗ്രിക്കു ബി. എ ആയിരുന്നില്ലെ നീ? എന്നിട്ടു നീ ഇപ്പോൾ ഗ്രാഫിക്സിനു പോകുന്നോ?" എല്ലാവരും കൂടി കൂട്ടച്ചിരി. "അപ്പോ പെട്ടെന്നു ഗൾഫിൽ പോകാനും അവിടെ നല്ല ജോലി കിട്ടാനും എളുപ്പമാണെന്നു ചെറിയമ്മാവൻ എനിക്ക് എഴുതിയിരുന്നു". "അപ്പോ നിനക്ക് ഒരു തീരുമാനം ഇല്ലേ?" "ഉണ്ട്". മാമൻ ദേഷ്യത്തിൽ "എടാ നീ എന്റെ മക്കളെ കണ്ടോ? അവർ പഠിച്ചു ഒരു ലക്ഷ്യത്തിലേക്കു എത്തിയത് കണ്ടോ ?" ശരങ്ങൾ പോലെ അമ്മാവന്റെ ഡയലോഗ്സ് എന്റെ ശിരനാഡികളെ ചൂടാക്കി. പെട്ടെന്നു തന്നെ അടുക്കളയിൽ നിന്നും ഒരു നിലവിളി. പപ്പടം കാച്ചിക്കൊണ്ടു നിന്നിരുന്ന പണിക്കാരി അമ്മിണിയുടെ മേലേക്ക് തിളച്ചു കൊണ്ടിരുന്ന എണ്ണ മറിഞ്ഞു വീണു. 'ന്റെമ്മേ ദേവീ' എന്ന നിലവിളികളുടെ ഇടയിൽ വെള്ളം ഒഴിക്കാനോ മുണ്ടു വലിച്ചു ഊരാണോ എന്നറിയാതെ എല്ലാവരും പകച്ചു നിന്ന് പോയി. ആരോ വാതിലിൽ മുട്ടുന്നു. സ്വപ്നത്തിൽ നിന്ന് ഞാൻ ഞെട്ടി എണീറ്റു വാതിൽ തുറന്ന ഉടനെ പോസ്റ്റുമാൻ അരവിന്ദാക്ഷൻ ചേട്ടൻ ബാഗിൽ നിന്നും കത്തെടുത്തു തന്നു. നോക്കിയപ്പോൾ കത്ത് എനിക്കുതന്നെ. 'അതാരാണ് എനിക്ക് കത്തയക്കാൻ' ഞാൻ ചിന്തിച്ചു. സൗദിയിലുള്ള അമ്മാവന്റേതായിരുന്നു. പൊട്ടിച്ചു വായിച്ച ഞാൻ പത്തു നിമിഷം സ്തബ്ധനായി നിന്നു. 'നീ നമ്മുടെ കുടുംബത്തിലെ ഉയർന്ന നിലയിൽ എത്തണം. അതിനു നമ്മുടെയുള്ളിൽ പൈതൃകമായി കിട്ടിയ കഴിവുകൾ മാത്രം മതി. നീ ഒരു നല്ല ഗ്രാഫിക് ആർട്ടിസ്റ് ആകണമെന്നാണ് എന്റെ ആഗ്രഹം. അതിനു വേണ്ടത് എന്താണെന്നു ഞാൻ പറഞ്ഞു തരാം. ലൈറ്റിംഗ് ഷെയ്ഡിങ് കളർ ഇതെല്ലാം ആദ്യം മനസിലാക്കണം. കൊച്ചിൻ മീഡിയ കോളേജിൽ രണ്ടു വർഷം പഠിച്ചാൽ റെഡി ആകും. സാമ്പത്തികമായി ഞാൻ സഹായിക്കാം'. കത്ത് വായിച്ചതും എന്റെ മുൻപിലേക്ക് പുതിയ

ഫുൾ സ്റ്റോപ്പ്

ഒരു ലോകം ഗേറ്റ് തുറന്നു കിടക്കുന്നത് പോലെ തോന്നി.

തലേന്നത്തെ സ്വർഗ്ഗ സമാനമായ പോസിറ്റീവ് എനർജിയുടെ ആത്മവിശ്വാസം പിറ്റേന്ന് രാവിലെ എന്നെ എത്തിച്ചത് കൊച്ചിൻ കോളേജ് ഗേറ്റിന്റെ മുന്നിലായിരുന്നു. ധൃതിപെട്ട് ഓടുന്ന കുട്ടികൾ. പെട്ടെന്നു ബാക്കിൽ നിന്നും ഒരു ഹോൺ. "മച്ചാനെ ചേരാനാണോ? അവിടെ നാലാമത്തെ ബ്ലോക്കിൽ ആണ് അഡ്മിനിസ്ട്രേഷൻ!" കയറി ചെന്ന് മുട്ടിയപ്പോൾ "യെസ്! കം ഇൻ" എന്നു പറഞ്ഞു തടിയുള്ള ഒരു മാഡം. നെറ്റിയിൽ ഒരു വലിയ പൊട്ടും ചുണ്ടത്തു കുറെ ലിപ്സ്റ്റിക്കും. അത് തിളങ്ങുന്നുണ്ടായിരുന്നു.

"ടെൽ മി വിച്ച് കോഴ്സ്?" "ഹിസ്റ്ററി " കാര്യങ്ങൾ മാഡം വിശദികരിച്ചു കൊടുത്തു.

എല്ലാം കഴിഞ്ഞു പഠിച്ചിറങ്ങുമ്പോൾ പൈസ ചിലവാകും എന്നുറപ്പായി. എന്നാൽ പഠിച്ചിറങ്ങിയാൽ അപ്പോ തന്നെ ജോലി ഉറപ്പാണെന്നു മാഡം പറഞ്ഞത്. കാര്യങ്ങൾ അങ്ങനെ മനസ്സിൽ കണക്കാക്കാൻ തുടങ്ങി. എങ്ങനെയോ ബസിൽ കയറി വീട് എത്തുന്ന വരെയിതു തന്നെ ആലോചിച്ചിരുന്നു. വീട്ടിൽ എത്തി കാര്യങ്ങളെല്ലാം അമ്മയോട് വിശദകരിച്ചു. ആകാംക്ഷയോടെയുള്ള എന്റെ വർത്തമാനം കേട്ട് അമ്മയാകെ ധർമ്മ സങ്കടത്തിലായി. അച്ഛനോട് പറഞ്ഞു നോക്കട്ടെയെന്നു അമ്മ പറഞ്ഞു. ഞാൻ അച്ഛൻ വരുന്നതും കാത്തിരുന്നു. അച്ഛൻ വൈകിയേ വരുള്ളൂ എന്ന് അമ്മയെ വിളിച്ചു പറഞ്ഞു. ചിന്തകൾ കുമിഞ്ഞു കൂടി ഞാൻ ശ്വാസംമുട്ടി കിടന്നു. അവസാനം എങ്ങനെയോ ഉറങ്ങി പോയി. വീട്ടിലെ മുടിഞ്ഞ ക്ലോക്കിൽ എട്ടു തവണ കിളി പുറത്തേക്കു വന്നു 8 തവണ നാശം നാശം എന്നു പറയുന്ന പോലെ അവനു തോന്നി.

'രാവിലെയായോ.' അമ്മ വിളിച്ചുമില്ലല്ലോ. 'ഛേ! സമയം എട്ടു മണി കഴിഞ്ഞു. അച്ഛനോട് അമ്മ പറഞ്ഞാവോ?' പല്ലു തേച്ചു ഓടി അടിയിൽ ചെന്നപ്പോൾ അച്ഛൻ ആദ്യേ ഓഫീസിൽ പോകാൻ നില്കുന്നു.

എന്നെ കണ്ട അച്ഛൻ "നീ പോയി അന്വേഷിച്ചെന്ന് അമ്മ പറഞ്ഞു. നമുക്കു നോക്കാം. ആദ്യം എത്രയാണ് കൊടുക്കണ്ടത് എന്നു അന്വേഷിക്ക്".

ഇതു കേട്ട എനിക്ക് തല കറങ്ങി. സന്തോഷത്തോടുകൂടി ഇരിക്കാൻ പറ്റാതെ ഞാൻ മനസ്സിൽ തുള്ളി ചാടി. അപ്പോളേക്കും അമ്മ അമ്പലത്തിൽ പോയി വന്നിരുന്നു. "നിന്റെ പേരിൽ ഞാൻ വഴിപാടു നടത്തി. ദാ.. ചന്ദനം"

"അയ്യോ അമ്മേ ഞാൻ കുളിച്ചിട്ടില്ല. അച്ഛൻ ഓക്കേ പറഞ്ഞു"

"അച്ഛന്റെ കയ്യിൽ ഒന്നും ഉണ്ടായിട്ടൊന്നുമല്ല, ഇന്നലെ ഞാൻ ഒരു തരി ഉറങ്ങീട്ടില്ല. അത് കണ്ടിട്ടാകും" ഇതു കേട്ട് "ഇല്ല അമ്മേ ഞാൻ ഉഴപ്പില്ല".

ഞാൻ അമ്മാവനെ മിസ് കാൾ അടിച്ചു. തിരിച്ചു വിളിച്ച അമ്മാവൻ കാര്യങ്ങൾ തിരക്കി. "അത് കലക്കി! നന്നായി ശ്രദ്ധിച്ചോക്കെ പഠിച്ചാൽ നല്ല നിലയിലെത്താം". കൂടെ പഠിച്ച ഷൈൻ വിളിച്ചപ്പോൾ ഞാൻ കാര്യങ്ങൾ അവനോടും പറഞ്ഞു. രണ്ടാഴ്ചക്കുള്ളിൽ ആദ്യം അടയ്ക്കേണ്ട ഫീസ് അടച്ചു ഒന്നാന്തിക്കായി കാത്തിരുന്നു. ആദ്യ ദിവസം അമ്പലത്തിൽ പോയി തിരുമേനിയോടു അനുഗ്രഹിക്കണമെന്നു പറഞ്ഞു. മഹാ സിദ്ധികളുള്ള ആളാണ് അവിടത്തെ തിരുമേനി. പറഞ്ഞാൽ പറഞ്ഞപോലെ സംഭവിക്കും. തിരുമേനിക്കു

എന്നെ വലിയ കാര്യമായിരുന്നു. ധൈര്യമായി പോയി വരാൻ പറഞ്ഞു.

ആദ്യത്തെ ക്ലാസിനു കണ്ണാടിയുടെ മുന്നിൽ നിന്നു മുടി ചീകുമ്പോൾ അച്ഛൻ കയറി വന്നു. "ഇന്ന് എന്തെങ്കിലും കൊടുക്കണ്ട ആവശ്യമുണ്ടോ?"

"അയ്യോ. ബുക്കിന്റെ രണ്ടായിരമിന്നു
കൊടുക്കണം എന്നു ഞാൻ അന്ന് പറഞ്ഞിരുന്നു"

"ഹും, ഇന്ന് എനിക്ക് പണിയുണ്ട്. നീ ഓഫീസ് വഴി
വന്നിട്ടു പൊയ്ക്കോ. പൈസ അപ്പോ തരാം".
"അയ്യോ അച്ഛാ ഞാൻ വൈകും".

"ഇല്ല, നീ പെട്ടെന്നു വന്നാൽ മതി. ഞാൻ
ഇറങ്ങാണ് ".

ഇറങ്ങുന്നതിനു മുൻപ് ഗണപതിയുടെ മുൻപിൽ നെയ്ത്തിരി കത്തിച്ചു. പ്രാതൽ കഴിക്കാൻ നേരമില്ലാതെ ഞാൻ അച്ഛന്റെ ഓഫീസിലേക്കു ഓടി. അച്ഛനിൽനിന്ന് പൈസയും വാങ്ങി ഞാൻ ബസ് സ്റ്റോപ്പിലേക്ക് ഓടി. ലിമിറ്റഡ് സ്റ്റോപ്പിൽ കൊച്ചി നഗരമധ്യത്തിൽ വന്നിറങ്ങി. എങ്ങും ചുവന്ന ബസ്സുകൾ. തെരുവിൽ കുറെ അധികം നല്ല ഭംഗിയുള്ള ഓഫീസുകളും അതിനു മുൻപിൽ കൂടെ നടന്നു പോകുന്ന കുറെ പിച്ചക്കാരും.

കോളേജിൽ എത്തിയപ്പോൾ ഒരു ചെറിയ കുറുകിയ അകാരമുള്ള മനുഷ്യനെ ഞാൻ ക്ലാസ്സിൽ കണ്ടു. ഞാൻ 'ഹായ്" പറഞ്ഞപ്പോൾ "ഞാൻ മനോ" എന്നു പറഞ്ഞു. ആളു ചെറുതാണെങ്കിലും പാറപുറത്തുരക്കുന്ന ഗംഭീര്യമുള്ള ശബ്ദം. കുറച്ചു നേരം കഴിഞ്ഞപ്പോൾ വേറെ ഒരാൾ വന്നു കയറി. കണ്ടാൽ അറിയാം പണക്കാരൻ ആണെന്ന്. കുറച്ചു കഴിഞ്ഞപ്പോൾ ഒരാൾ കയറി വന്നു "ഞാൻ രഞ്ജിത്, ഫസ്റ്റ്

സെമസ്റ്റർ ക്ലാസ് എടുക്കുന്നത് ഞാനാണ്". ഈ ഫീൽഡിനെ കുറച്ചു അദ്ദേഹം ആധികാരികമായി ഒക്കെ സംസാരിച്ചു. പുതമയോടെ എല്ലാവരും കേട്ടിരുന്നു.

ക്ലാസ് കഴിഞ്ഞു ഞങ്ങൾ പുറത്തേക്കു ഇറങ്ങിയപ്പോൾ "എവിടെയാ വീട്?" എന്നു മനോ ചോദിച്ചു. പറഞ്ഞു വന്നപ്പോൾ എന്റെ വഴി തന്നെയാണ് അവന്റെ വീടും. അന്ന് മുതൽ ഞങ്ങൾ ഒരുമിച്ചു പോകാനും വരാനും തുടങ്ങി. വീട്ടിൽ വന്നാലും വീണ്ടും ഫോൺ വിളി ആണ്. ക്ലാസ്സിലെ കാര്യങ്ങൾ വീണ്ടും ഡിസ്കസ് ചെയ്യും. വീടിന്റെ അടുത്തുള്ള ലൈബ്രറി പോയി കുറെ നല്ല പുസ്തങ്ങൾ വായിക്കാൻ തുടങ്ങി. കളർഫുള്ളായ ദിനങ്ങളായിരുന്നു പിന്നെ അങ്ങോട്ട്. കോളേജിൽ കൂട്ടുകാരുടെ എണ്ണം ദിനംതോറും കൂടികൊണ്ടു ഇരുന്നു. അതിൽ ബി.എ, ബി.ടെക് എല്ലാം ഉണ്ടായിരുന്നു. ആ സമയത്തു ആണ് ചാന്തുപൊട്ട് സിനിമ വരുന്നത്. സിനിമ കണ്ട ഞങ്ങൾ അപ്പോൾ കൂട്ടത്തിൽ മുടി വളർത്തിയിരുന്ന പ്രശാന്തിനെ രാധ ആക്കി മാറ്റി. അത് ഏറ്റുപിടിച്ചു കോളേജ് മുഴുവനും അവനെ രാധ എന്നു വിളിക്കാൻ തുടങ്ങി. ആനന്ദിന്റെ വലിയ കൂട്ടുകാരനായി വീട്ടിലെ കമ്പ്യൂട്ടർ മാറുകയായിരുന്നു. കമ്പ്യൂട്ടർ ഗ്രാഫിക്സ് സിനിമകളും ഗ്രാഫിക്സ് ഗെയിംസും. ബഹ്റൈനിലുള്ള ചേട്ടനെ വിളിക്കാൻ സൗകര്യം ഒരുക്കുന്നതിന്റെ ഭാഗമായി വീട്ടിൽ ഇന്റർനെറ്റ് എത്തി. ആ ഇടക്കാണ് പുതിയ സോഷ്യൽ സൈറ്റുകൾ അവന്റെ ലൈഫിലേക്കു രംഗപ്രവേശം ചെയ്യുന്നത്. ചാറ്റിങ്ങിലൂടെ ആ കാലത്തു അവനു കിട്ടിയ ഒരു ഫ്രണ്ട് ആയിരുന്നു പൂർണിമ ത്രിവേദി.

കറ കളഞ്ഞ ആർട്ടിസ്റ്റ് ആയിരുന്നു മധ്യപ്രദേശ് സ്വദേശിനിയായിരുന്ന നീമ. അവരെ കുറിച്ച് കൂടുതലറിയാൻ ഞാൻ ശ്രമിച്ചു കൊണ്ടിരിന്നു.അങ്ങനെ ഇരിക്കുമ്പോൾ ചേട്ടൻ

വെക്കേഷന് നാട്ടിൽ വന്നപ്പോൾ അന്നത്തെ തരംഗമായ നോക്കിയ N 72 മൊബൈൽ ഫോൺ കൊണ്ട് തന്നു.അങ്ങനെ അത് കിട്ടിയ വിവരം കൂട്ടുകാരെയൊക്കെ അറിയിച്ചു. അത് തന്ന ചേട്ടനെ നോക്കുമ്പോൾ ദൈവ തുല്യമായ് തോന്നി.റീചാർജിനു ഒരു വഴി കണ്ടു പിടിക്കണം. അത്യാവശ്യം അമ്മയോട് ചോദിക്കാം എന്ന് കണക്കു കൂട്ടി. പൂർണിമയെന്ന ആർട്ടിസ്റ്റിൽ നിന്ന് കുറെ അധികം പഠിക്കാനുണ്ടെന്നു എനിക്ക് തോന്നി.അവരെ ഫോണിലൂടെ ബന്ധപ്പെടാൻ നമ്പർ ചോദിച്ചപ്പോൾ തന്നു. അങ്ങനെ അവളോട് വളരെ പെട്ടെന്ന് അടുത്ത് തുടങ്ങി. ഒരു പക്വതയില്ലാത്ത പ്രായത്തിൽ തോന്നുന്ന അഫക്ഷൻ. അവളുടെ ആർട്ടുകൾ പോലെ സൗന്ദര്യമുള്ളതായിരുന്നു അവളുടെ കണ്ണുകളും.

നിർമലമായ സ്വഭാവത്തിനുടമയായിരുന്നു നീമ. പുതിയ ലോകത്തിന്റെ പരിഷ്കാരങ്ങൾ ഒന്നും അവൾക്കുണ്ടായിരുന്നില്ല. മലയാളികളുടെ വസ്ത്രധാരണത്തെ കുറിച്ചൊക്കെ അവൾക്കു നല്ല അറിവുണ്ടായിരുന്നു. മലയാളി ആണുങ്ങൾ മുണ്ടുടുക്കുന്നതിനെ കുറിച്ചവൾ എന്നോട് ചോദിച്ചു. മുണ്ടുടുത്തു എന്നെ കാണണമെന്ന് അവൾ ആഗ്രഹം പ്രകടിപ്പിച്ചു. ക്യാമറയിൽ വരാൻ പറഞ്ഞു അവൾ വെയിറ്റ് ചെയ്തു. കേട്ടപാതി ഞാൻ എന്റെ വൈറ്റ് മുണ്ടു എടുത്തു ക്യാമറക്കു മുന്നിൽ പ്രത്യക്ഷനായി. ഒരു മണവാളന്റെ ചായയുണ്ടെന്നു അവളെന്നോട് പറഞ്ഞു. അപ്പോൾ ഞാൻ അവളോട് തിരിച്ചു സാരിയെടുത്തു കാണണമെന്ന് ആവശ്യപ്പെട്ടു. പത്തു നിമിഷത്തിൽ അവൾ സാരിയെടുത്തു വന്നു. സത്യം പറഞ്ഞാൽ എന്റെ കൈ കാലുകൾ വിറക്കാൻ തുടങ്ങി. അതോടെ അവളെന്റെ മോഹ വലയത്തിലാണെന്നു എനിക്കുറപ്പായി.

ടൂർ എന്നും ആനന്ദിന് ഹരമായിരുന്നു. കുറെ സ്ഥലങ്ങളിൽ കൂട്ടുകാരൊത്തു കറങ്ങി നടക്കാൻ

പ്ലാൻ ഉണ്ടാക്കി. മനോയുടെ വീട്ടിൽ ഇടയ്ക്കിടയ്ക്ക് പോകാൻ ഞാൻ തുടങ്ങി. അവന്റെ അമ്മയ്ക്കും അമ്മാവനുമെല്ലാം എന്നെ വലിയ കാര്യമായി തുടങ്ങി. അവന്റെ അമ്മ ഉണ്ടാക്കി തരുന്ന ചാള വറുത്തത് ആലോചിച്ചാൽ വായിൽ വെള്ളം വരും. ഇലയിൽ വറ്റിയ ഒരു പ്രത്യേക രീതിയിലാണ് അവർ അതുണ്ടാക്കിയിരുന്നത്. മനോജിന്റെ ശരിക്കുമുള്ള നാമം മനോജ് പപ്പൻ എന്നായിരുന്നു. 'മനോ' എന്നത് പിന്നീട് സ്റ്റൈൽ ആയി മാറിയതാണ്.

ഒരു ദിവസം കോളേജിൽ പോയി വരുമ്പോൾ ട്രാൻസ്പോർട് ബസ്സിലെ തുരുമ്പു പിടിച്ച കമ്പിയിൽ തിക്കി തിരക്കി ഞാണ്ട് കിടക്കുമ്പോൾ മനോ എന്നോട് ചോദിച്ചു 'നിന്റെ അത്ര പൊക്കം വെക്കാൻ എന്താ കഴിക്കേണ്ടത്'?. 'ടാ...അതൊക്കെ പാരമ്പര്യമാണ്' എന്ന് പറഞ്ഞു ഞാൻ തള്ളി. "ടാ എനിക്കൊരു കാര്യം പറയാനുണ്ടായിരുന്നു. മനോ". "എന്താടാ ഒരു മുഖവര?" "ടാ ഞാൻ നിന്നോട് അവളെ കുറിച്ച് പറഞ്ഞിട്ടില്ലേ. നീമ..'' "എന്താണ് എപ്പോളും ഒരു നീമാ." "ടാ നീ വിചാരിക്കുന്ന പോലെ ഒരു ചവറു പെണ്ണല്ല അവൾ" ഞാൻ പറഞ്ഞു. 'ഞാൻ അങ്ങനെ പറഞ്ഞില്ലല്ലോ ബ്രോ', നീ കാര്യം പറ' മനോ എടുത്തു ചാടി പറഞ്ഞു. അവൾക്കെന്നെ ഇഷ്ടമാണെന്നു തോന്നുന്നു. അതാ ഇപ്പൊ ടെൻഷൻ..ഇത് കേട്ട മനോ 'എന്തിനാ ടെൻഷൻ നീ ഒന്നു മുട്ടി നോക്ക് എന്തെങ്കിലും കാണിച്ചാലോ.' 'ഒന്ന് പോടാ അവിടുന്ന്' എന്നും പറഞ്ഞു തീരുമ്പോളേക്കും അവന്റെ സ്റ്റോപ്പ് എത്തി അവൻ ഇറങ്ങി പോയി.

കുറെയധികം കാടു കയറി ചിന്തിക്കുവാൻ എത്തിയത് തിരുമേനിയുടെ മനയുടെ അടുത്തുള്ള റോട്ടിലായിരുന്നു. അവിടെ ദീപാരാധന തൊഴുതു മടങ്ങുന്ന ആളുകളെ കണ്ടു. മന്ത്രോച്ചാരണങ്ങൾ ആകാശ സന്ധ്യയിൽ ലയിച്ചു. രാത്രി കിടന്നപ്പോൾ

ഫുൾ സ്റ്റോപ്പ്

മനസ്സ് മുഴുവൻ മനോ പറഞ്ഞ കാര്യങ്ങ-ളായിരുന്നു. കിടന്നിട്ടു ഉറക്കം വരുന്നില്ല.

ആദ്യ സെമസ്റ്റർ കഴിഞ്ഞു പോയി. എന്തൊരു പെട്ടെന്നാണ് ആറു മാസങ്ങൾ കടന്നു പോയത്! സെക്കൻഡ് സെമസ്റ്റർ തൊട്ടു ഓൺലൈൻ മുഖേന ബോംബെ ഹെഡ്ഓഫീസ് നേരിട്ട് നടത്തുന്ന പരീക്ഷ ആണെന്നൊക്കെയാ കേൾക്കുന്നത്. നാളെ തൊട്ടു അന്നന്ന് എടുക്കുന്ന പാഠങ്ങൾ അന്നന്നു തന്നെ പഠിച്ചു പോകണമെന്ന് ഓർത്തു ഞാൻ നെടുവീർപ്പിട്ടു. രാവിലെ കുളിച്ചൊരുങ്ങി ബിജു ട്രാവൽസ് ബസിൽ 'ടിംങ്,ടിംങ്! പോകാം റൈറ്റ്' എന്ന കനത്ത ശബ്ദം കേട്ട് നോക്കിയപ്പോൾ ആ കിളി എന്റെ പത്താം ക്ലാസ് സഹപാഠി ആയിരുന്നു. ഒരു പ്ലസ്ടുന് പഠിച്ച ഏതോ പെണ്ണുമായി നാടുവിട്ടതിൽ പിന്നെ അവനെ കണ്ടതിപ്പോളാണ്. മിശ്രവിവാഹമായിരുന്നു അവരുടെ. അൽപനേരം അവനോടു കുശലം പറഞ്ഞു. കയറിയിരുന്ന അല്പനേരത്തിനുള്ളിൽ ലിമിറ്റഡ് സ്റ്റോപ്പ് ബസ് ഹോൺ മുഴക്കി ചീറി പാഞ്ഞു.

വഴിമധ്യേ ഒരു വികലാംഗൻ ബസിൽ കയറി. ഞാൻ ചാടി എണീറ്റ് 'ചേട്ടാ ഇരുന്നോളു' എന്ന് പറഞ്ഞു. വിനയാന്വതനായി എണീറ്റ് വേറെ സീറ്റ് എവിടെങ്കിലും ഉണ്ടോ എന്ന് എന്റെ കണ്ണുകൾ പരതി നടന്നു. എങ്ങുമില്ല. വളിച്ച ചിരിയുമായി മുകളിലത്തെ കമ്പിയിൽ പിടിച്ചു നിൽകുമ്പോൾ പെട്ടെന്നാണ് ഡ്രൈവർ ബ്രേക്ക് ആഞ്ഞു ചവിട്ടിയത്.ചവിട്ടു കിട്ടിയ പാമ്പിനെ പോലെ ബസ് ഹോൺ ചീറ്റി. അപ്പോളാണ് വെളുത്ത ഒരു കവറിൽ ലില്ലി പൂക്കളാണെന്നു തോന്നുന്നു എന്റെ കാലിന്റെ അടിയിൽ വന്നു വീണത്. 'ഓ! സോറി' പറഞ്ഞു ഒരു ചെറുപ്പക്കാരൻ വന്നു അതെടുത്തു. അപ്പോൾ എന്റെ കണ്ണുകൾ ഒരു തീക്ഷണ ഭാവത്തോടെ മറ്റൊരു പൂവിൽ വന്നു വീണത്. സോറി പറഞ്ഞതൊന്നും ഞാൻ ശ്രദ്ധിച്ചില്ല. അന്ന്

ആദ്യ ദിവസം കോളേജിൽ... പോകുന്ന വഴി കണ്ട അതേ പെൺകുട്ടി. എന്നിലത് വല്ലാത്ത ശക്തിയുളവാക്കി. ആ കൂടെയിരിക്കുന്ന ചെറുപ്പക്കാരൻ അവളുടെ ആരോ ആണെന്നു തോന്നുന്നു. അവൻ അവളുമായി ഇടക്ക് എന്തൊക്കെയോ സംസാരിക്കുന്നുണ്ട്. അവൾ അതൊന്നും ശ്രദ്ധിക്കാതെ വേറെ ഒരു ലോകത്തു ആണെന്ന പോലെ ബസിന്റെ ജനലരികിൽ കൂടി ദൂരേക്കു നോക്കുന്നു. കാറ്റിന്റെ ശക്തിയിൽ അവളുടെ മുടികളാടി ഉലയുന്നുണ്ടായിരുന്നു. അഞ്ചു പത്തു നിമിഷം എന്റെ കണ്ണുകൾ അവളുടെ അടുത്ത് ചുറ്റിപറ്റി നടന്നു. പത്തു പന്ത്രണ്ട് കിലോമീറ്റർ പോയതറിഞ്ഞില്ല.

അടുത്തിരുന്നിരുന്ന ചെറുപ്പക്കാരൻ അവളോട് എന്തോ പറഞ്ഞു എഴുന്നേറ്റു. എന്നാൽ അവൾ എന്നോടല്ല എന്ന ഭാവത്തിൽ ഇരുന്നു. ആ പൂക്കളുള്ള കവറുകൾ പിടിച്ചു എഴുന്നേറ്റയാൾ അടുത്ത് നിന്നിരുന്ന വൃദ്ധനോടു അവിടെ ഇരുന്നോളാൻ പറഞ്ഞു. പെട്ടെന്നു എന്റെ മനസിലൊരു ആശങ്ക രൂപം കൊണ്ടു. അവൻ ആരാണപ്പോൾ? അങ്ങനെ ചോദ്യകർത്താവും ഉത്തരാർത്ഥിയും എല്ലാം ഞാൻ തന്നെ ആയി മാറി. ഇതെല്ലാം ശ്രദ്ധിച്ചു ഒരുത്തൻ കമ്പി ചാരി നില്കുന്നുണ്ടായിരുന്നു. അയാളെന്നെ തട്ടി വിളിച്ചു. "ഹാ ആരാ?"

"നമസ്കരം സർ, എന്റെ പേര് മനോ!"

"ഓ നീ ആയിരുന്നോ!" ഞാൻ പുച്ഛഭാവത്തിൽ ചോദിച്ചു.

"ഞാൻ പറവൂരിന്ന് കയറീതാണേ. നമ്മളെ ശ്രദ്ധിക്കാൻ ഒന്നും നേരമില്ലല്ലോ. ഞാൻ കണ്ടു..ഷ്മ്മ്. ഞാനേ കണ്ടുള്ളു!" മനോ പരിഹസിച്ചു.

ഫുൾ സ്റ്റോപ്പ്

"ടാ പോടാ, നല്ല കുട്ടി അല്ലേടാ!" ഞാൻ ആശ്ചര്യഭാവത്തിൽ ചോദിച്ചു.

"നടക്കട്ടെ, നടക്കട്ടെ" എന്ന് മനോ.

മനോനോട് കഴിഞ്ഞ പരീക്ഷയെ പറ്റിയും കഴിഞ്ഞ ദിവസത്തെ തമാശകളെ പറ്റിയും പറഞ്ഞു നിന്നു. സംസാരത്തിന്റെ ഇടയിൽ ഞാൻ അവളെ ഒളിയമ്പെറിഞ്ഞു നോക്കിയപ്പോൾ ആ സീറ്റിൽ ഒരു തമിഴത്തി ഇരിക്കുന്നു, ചുണ്ടിൽ ഒരു മുറുക്കാനുമുണ്ട്. "അയ്യോ! അവളെ കാണാനില്ല. അവൾ ഇറങ്ങിയോടാ?" പൊടുന്നനെ ഞാൻ ചോദിച്ചു.

"ആര് ആതിരയോ? ശ്രദ്ധിച്ചില്ലടാ!" എന്ന് മനോ.

"ആതിര എന്നാണോ അവളുടെ പേര്? താങ്ക്സ് മനോ!"

"ടാ അവൾ നമ്മുടെ അടുത്ത ക്ലാസ്സിലാ പഠിക്കുന്നെ!"

ബസ് യാത്ര തുടർന്നു.

എക്കാലത്തെയും വളരെ വലിയ സ്വപ്നമായ സുദിനം പാടി വന്നു പുഞ്ചരിച്ചു നിന്നു. ക്യാമ്പസ് ടൂർ. വളരെ ഉത്സാഹത്തോടെ എല്ലാത്തിനും ഞാൻ മുൻപന്തിയിൽ തന്നെ നിന്നു. ഡിഗ്രിക്കു പഠിക്കുമ്പോൾ പോയ ടൂറിന്റെ മെമ്മറീസ് എന്റെ മനസ്സിൽ ഓരോ പേജുകളായി മാറി മറഞ്ഞു. എല്ലാവരും കൂടി എന്നെ പിടിച്ചു കോർഡിനേറ്റർ ആയി തിരഞ്ഞു എടുത്തു. വയനാട്-മൈസൂർ ആയിരുന്നു നിശ്ചയിച്ചിരുന്നത്. എന്നാൽ ഇരുപത്തി മൂവായിരം രൂപ ആവുമെന്നു വോൾവോ ബസിലെ ജീവനക്കാരൻ പറഞ്ഞു.

വയനാട് ഒഴിവാക്കി പതിനെട്ടായിരം രൂപയിൽ കാര്യങ്ങൾ അയാളെ കൊണ്ടുറപ്പിച്ചു.

കോളേജിൽ ഓരോരുത്തരും വീടുകളിൽ പോയി സമ്മതം വാങ്ങി. എന്നാൽ ആതിരയുമായി സംവദിക്കാനുള്ള എന്റെ തന്ത്രം ഈ ടൂറിന്റെ പിന്നിൽ ഉണ്ടായിരുന്നുവെന്ന് മനോക്കു മനസിലായി തുടങ്ങി. അവൾ ടൂറിനു വരുന്നില്ല എന്നു പറഞ്ഞപ്പോൾ എന്നിൽ ഉണ്ടായ മാറ്റമാണ് അതിനു കാരണം. ബാക്കി പെൺകുട്ടികൾ പേര് കൊടുത്ത ലിസ്റ്റിൽ ആതിര.എസ് എന്ന പേര് മാത്രം കണ്ടില്ല. അതെന്നെ വട്ടു പിടിപ്പിച്ചു. അവളുടെ വീട്ടുകാർ സമ്മതിക്കുന്നില്ലത്രേ! മുതിർന്ന ഒരു സ്ത്രീ കൂടെ ഇല്ലാതെ അവളെ വിടില്ലെന്നാണ് അവളുടെ വീട്ടുകാർ പറയുന്നത്. പിടിവള്ളികൾ എവിടെക്കെയോ പൊട്ടുന്ന പോലെ എനിക്ക് തോന്നി. അങ്ങനെ ഇരുന്നു ആലോചിക്കുമ്പോൾ മനോയുടെ തലയിൽ ഒരു ആശയം ഉദിച്ചു. "നമ്മുടെ രോഹിണി മിസ്സ് കൂടി വിളിച്ചാലോ? അപ്പോൾ ആതിരയുടെ വീട്ടിൽ പ്രശ്നവുമുണ്ടാകില്ല". ആശയം പറഞ്ഞു കൊടുത്ത സന്തോഷത്തിനു ഞാൻ മനോയെ കൊണ്ട് പോയി ചിക്കൻ കറിയും ബിയറും മേടിച്ചു കൊടുത്തു. ഒരു ദിവസം ആതിരയുടെ അച്ഛൻ കോളേജ് ഫീസ് അടക്കാൻ ഞങ്ങളുടെ ബ്ലോക്കിലേക്കു വന്നു. തേടിയ വള്ളി കാലിൽ ചുറ്റി. കണ്ടാൽ കുറച്ചധികം പ്രായമായ പോലെ തോന്നിച്ചിരുന്നു. അപ്പോൾത്തന്നെ ഞാൻ മനോയെ രോഹിണി മിസ്സിന്റെ റൂമിൽ വിട്ടു അച്ഛനോട് മകളെ സുരക്ഷിതമായി വീട്ടിൽ എത്തിക്കാമെന്നു പറയാൻ പറയപ്പിച്ചു. മനോ പുറത്തു ഇറങ്ങി ചില്ലിലൂടെ മിസ്സിനോട് പ്ളീസ് പ്ളീസ് എന്നു ഘോഷ്ടികൾ കാണിക്കുന്നുണ്ടായിരുന്നു. ഒന്നും നടന്നില്ലെന്ന് തോന്നി അച്ഛന്റെ മുഖ ഭാവം കണ്ടപ്പോൾ. പക്ഷെ പത്തു മിനിറ്റ് കഴിച്ചപ്പോൾ മിസ്സ് മനോയെ വിളിപ്പിച്ചു ഓക്കേ ആക്കിയിട്ടുണ്ട്. ഞാൻ നിന്റെ

ടീച്ചർ ആണ്..അല്ലാതെ ദല്ലാൾ അല്ല എന്ന് ശട്ടം കെട്ടി. എന്തായാലും കാര്യം നടന്നല്ലോ. എല്ലാവരും ഹാപ്പി ആയി.കുറച്ചു ദിവസമായി ഞങ്ങൾ സ്വപ്നം കണ്ടു നടന്ന ആ ദിനം വന്നെത്തി. ഒരു കൂട്ടം യുവമിഥുനങ്ങങ്ങളെയും കൂട്ടി ഗ്രീൻ ട്രാവൽസ് മൈസൂരിലേക്ക് കുതിച്ചു പാഞ്ഞു. വീട്ടിൽ നിന്നുള്ള കോളുകൾ ഓരോരുത്തർക്കായ് വന്നു കൊണ്ടിരുന്നു. ആതിര ടീച്ചറുടെ അടുത്താണിരിക്കുന്നത്. തുളസി കതിർ വെച്ച അവളുടെ കാർകൂന്തലിൽ അടിച്ച കാറ്റു എന്നിലേക്ക് ആവാഹിക്കുന്ന പോലെ എനിക്ക് തോന്നി. അങ്ങനെ വണ്ടി കുറച്ചു ദൂരം പോയി കഴിഞ്ഞപ്പോൾ ഞാൻ അറിയാതെ ഒരു കവിയായി മാറി. കുറച്ചു പിന്നിലേക്ക് മാറി ഒരു കവിത എഴുതാൻ തുടങ്ങി. 'വന ദേവത' എന്നായിരുന്നു ആ കവിതയുടെ നാമം. അതിലെ ഓരോ വൃത്തങ്ങളും പാദങ്ങളും ആതിരയെ കുറിച്ചായിരുന്നു.' ഞാൻ കവിതയിൽ മുഴുകി.

"ഒരു കാലത്തിന്റെയേതോ സ്വാന്തനത്തിൽ ജനിച്ചു നീയൊരു ഓർമ്മയാം കുമിള പോൽ, നഗ്നമായി ഉൽഭവിക്കുന്നിതാ ആകാശ സന്ധ്യയിൽ കദന കഥകളുടെ ആവർത്തനത്തിനായി !

ചൊല്ലുന്നു നിൻ കാഹളത്തിൻ കഥ ഭൂമാതാവിനോടും ശാപമോക്ഷത്തിനായി ഭൂമിയിൽ യുദ്ധാരവത്തോടെ, മരണത്തിൻ കാലൊച്ച കാഹളങ്ങളിൽ തോറ്റു മടങ്ങവേ സോദരി നീ വീണ്ടും വരിക മന്ദം മന്ദം!"

മൈസൂരിലെത്തി, അവിടെ ചെന്ന് മുറികൾ നോക്കി പിടിച്ചു. 'ലേഡീസ് ഇതിലെ ജന്റ്സ് ഇതിലെ

രാധ ഏതിലെ പോകണമെന്ന് അറിയില്ല'. മനോ പറഞ്ഞു തീർന്നപ്പോളേക്കും രാധ അവനെ ഇടിക്കാൻ തുടങ്ങി. ഓരോരുത്തരും മുറികളിൽ പോയി വിശ്രമിക്കാൻ തുടങ്ങി. കതകടച്ചു തിരിഞ്ഞപ്പോൾ മനോ പതുക്കെ ബാഗിൽ നിന്നും ബിയർ കുപ്പി പുറത്തെടുത്തു. 'മനോ നീ മുത്താടാ...മുത്ത്' എല്ലാവരും ഒരേ സ്വരത്തിൽ പറഞ്ഞു. പതുക്കെ ബിയർ അടിച്ചു എപ്പോളോ ഉറങ്ങിപ്പോയി. കുടജാദ്രിയിൽ കുടി കൊള്ളുന്ന സർവ്വ വരദായിനി കൊല്ലൂർ മൂകാംബികയുടെ ദർശനത്തോടെ ഞങ്ങൾ പുലർച്ചെ യാത്ര ആരംഭിച്ചു. ആദ്യം വൃന്ദാവൻ ഗാർഡൻ, ഭൂമിയിലെ ആ സ്വർഗം കണ്ട ഞാൻ തരിച്ചു നിന്ന് പോയി. ആ സ്വർഗ്ഗത്തിലൂടെ ഞങ്ങൾ നടന്നു സമയം പോയതറിഞ്ഞില്ല. അടുത്തത്ഭുതം മൈസൂർ പാലസ് ആയിരുന്നു. അതുണ്ടാക്കിയ അന്നത്തെ ശില്പികളുടെ കഴിവ് ആലോചിച്ച എനിക്ക് വാക്കുകൾ കിട്ടാതെയായി. രാത്രിയുടെ ചൂട് പറ്റി ആ കൊട്ടാരം സ്വർണ പ്രഭയിൽ കുളിച്ചു നിന്നു. രണ്ടു ദിവസത്തെ കറക്കത്തിന് ശേഷം സ്ഥലങ്ങളെല്ലാം കണ്ടു കഴിഞ്ഞു തിരിച്ചു പോകാനൊരുങ്ങുമ്പോൾ ഞാൻ ആ കാഴ്ച കണ്ടത്. ആതിരയുടെ നെറ്റിയിൽ രാധ ചുംബിക്കുന്നത് കണ്ടു, അവളുടെ അടുത്ത് രാധ ഇരിക്കുന്നത് കണ്ടെനിക്ക് അരിശം മൂത്തു. ടൂർ മുഴുവൻ രാധയുടെ ഒപ്പമായിരുന്നു ആതിര നടന്നത്. രാധ വല്ലാതെ അവളോട് അടുക്കുന്ന പോലെ എനിക്ക് തോന്നി. വാസ്തവം എന്താണെന്ന് തിരക്കാൻ ഞാൻ മനോയെ ചട്ടം കെട്ടി. 'നിനക്ക് വട്ടാണ് ' എന്ന് പറഞ്ഞു മനോ "എടാ പൊട്ടാ അവർ ഇഷ്ടത്തിലാണെന്നു ആർക്കാ അറിയാത്തെ? ഈ കോളേജിൽ ഇത് ഇനി അതറിയാൻ നീ മാത്രേ ഉള്ളൂ.." എന്റെ നെഞ്ച് കലങ്ങി പോയി, എനിക്ക് ശ്വാസം കിട്ടാത്ത പോലെ തോന്നി. എന്റെ കൈ കാലുകൾ വിറക്കാൻ തുടങ്ങി. എനിക്ക് എന്റെ മനസ് പറിച്ചെടുത്തു കൊണ്ട് പോയ പോലെ തോന്നി!

ഫുൾ സ്റ്റോപ്പ്

നിസ്സാരമെന്നു കരുതി ഓരോ പെണ്ണും കൊടുക്കുന്ന ഒരു പുഞ്ചിരിയിലോ ഒരു നല്ല വാക്കിലോ ഓരോ ആണും ഓർമിക്ക-പെടുന്നുണ്ടാകും. നമ്മളെ മനസിലാ-ക്കാൻ എല്ലാവർക്കും കഴിഞ്ഞില്ലെങ്കിലും ചിലർക്ക് കഴിയും, ആ ചിലർക്ക് വേണ്ടി നാം കാത്തിരിക്കണം. ചില ബന്ധങ്ങൾ ഫുൾസ്റ്റോപ്പ് ഇട്ടാലും നിക്കില്ല അതിനു കോമ തന്നെ ആണ് നല്ലത്.

***

V

വഴികാട്ടികൾ

എന്റെ പേര് നഹാസ്. ഒരു ദിവസം ബദാം മിൽക്ക് ഒക്കെ കുടിച്ചു ഞാനും വിപിനും കൂടി പാർക്കിൽ കാറ്റു കൊണ്ടിരിക്കുകയായിരുന്നു. പെട്ടെന്ന് എനിക്കൊരു കാൾ വന്നു. എന്റെ കൂട്ടുകാരൻ ലിങ്കന്റെ ആയിരുന്നു ആ കാൾ. "ഹലോ ബ്രോ.." എന്ന് ഫോൺ എടുത്തു പതിവ് പോലെ അവനോടു സംസാരിച്ചു തുടങ്ങി. ഫോണിന്റെ മറുപുറത്തു നിന്ന് "ട..ടാ.. അവൾ" എന്നൊരു പരിഭ്രാന്തമായ ശബ്ദം ഞാൻ കേട്ടു. പിന്നെ ശബ്ദമില്ല! ;എന്താടാ പറഞ്ഞോ ഞാൻ കേൾക്കുന്നുണ്ട്" എന്ന് പറഞ്ഞതും അപ്പുറത്തു ഇടറിയ ശബ്ദത്തോടെ "എടാ അവളിറങ്ങി പൊന്നെടാ..ഇന്നത്തോടെ എല്ലാം തീരും,എനിക്കറിയില്ല!" ഇത് കേട്ടു ഞാൻ പറഞ്ഞു "നീ ഇപ്പോ എവിടെയാണ്? എടാ നീ കരയല്ലേ" എല്ലാം നഷ്ടപെട്ട ഒരുത്തനെ പോലെ അവൻ മറുപടി പറഞ്ഞു "ഞാൻ മുല്ലശ്ശേരി റോഡിലുണ്ട്. ഓക്കേ ഞാൻ ഇപ്പോ അങ്ങോട്ട് വരാം. നീ അവിടെ തന്നെ നിക്ക്!"

ഞാനും വിപിനും പിടഞ്ഞു ബൈക്ക് എടുത്തു മുല്ലശ്ശേരി റോഡിലേക്ക് പോയി. അവിടെ ചെന്നപ്പോൾ അവൻ ഒരു സിഗരറ്റ് തീനിയെപോലെ ആഞ്ഞു ആഞ്ഞു വലിക്കുന്നുണ്ടായിരുന്നു. ഇത് കണ്ട വിപിൻ പറഞ്ഞു "നീ ടെൻഷൻ ആകാതെ.. പക്വത കാണിക്കേണ്ട ടൈം ആണിത്. ഒരു

പെണ്ണാണ് നിന്റെ കൂടെ ഇറങ്ങി വന്നിരിക്കുന്നത്." ഇത് കേട്ടതും പുകച്ചുതള്ളിയ ആ സിഗരറ്റ് താഴെയുള്ള കാനയിലേക്ക് വലിച്ചെറിഞ്ഞു കൊണ്ട് ചോദിച്ചു" ഞാൻ ഇനി എന്താ ചെയ്യണ്ടേ?" "നീ ഇപ്പോ ആദ്യം ഒരു ആക്കോമഡേഷൻ റെഡിയാക്കാൻ നോക്ക്. ഒരു മണിക്കൂറിൽ അവളിങ്ങു വരും." അന്തം വിട്ട പെരുച്ചാഴിയെ പോലെ നിക്കുന്ന ലിങ്കനെ നോക്കി വിപിൻ പറഞ്ഞു. "ഞാൻ അറിയുന്ന ഒരു ചേട്ടനുണ്ട് കലൂർ ഭാഗത്തു, അത് ഞാൻ സെറ്റാക്കാം. ടെൻഷൻ അടിക്കേണ്ട. നിങ്ങൾ പോയ് സ്റ്റേഷനീന്നു അവളെ കൂട്ടാൻ നോക്ക്."

ഒന്ന് ആലോചിക്കാൻ നിക്കാതെ ഞങ്ങൾ നേരെ സ്റ്റേഷൻ ലക്ഷ്യമാക്കി ബൈക്ക് തിരിച്ചു. ആക്കോമഡേഷൻ റെഡി ആക്കാൻ വിപിൻ കലൂർക്കും പോയി. ഒരു മണിക്കൂർ കടന്നു പോയത് ഞങ്ങൾ അറിഞ്ഞില്ല.ചിന്തകളുടെ ഭാരം ഇറക്കി വെക്കാൻ ഞാനും വലിച്ചു കൂട്ടി ഒരു ഭ്രാന്തനെ പോലെ. വിയർപ്പിന്റേം സിഗററ്റിന്റേം കൂടി കലർന്ന ഒരു തരം ഗന്ധം ലിങ്കണിൽ നിന്ന് പ്രവഹിക്കുന്ന പോലെ എനിക്ക് തോന്നി.

വഴി പകുതി എത്തിയപ്പോൾ പോക്കറ്റിൽ കിടന്നടിച്ചിരുന്ന മൊബൈൽ നോക്കിയപ്പോൾ ഏതോ ഒരു നമ്പറിൽ നിന്ന് 2 മിസ്കാൾ. ആരാണെന്നറിയാൻ ഞാൻ അവനോടു തിരിച്ചു വിളിക്കാൻ പറഞ്ഞു. ഫോൺ തിരിച്ചു വിളിച്ചു അപ്പുറത്തു ഫോൺ എടുത്തതും "നീ എന്നാടാ പൊലയാടി മോനെ ഫോൺ എടുക്കാഞ്ഞേ" എന്ന ഒരു ചോദ്യവുമായി ഒരാൾ നിന്നാക്രോശിച്ചു പുലമ്പുന്നു. ഫോൺ പിടിച്ചു ഒന്നും മിണ്ടാതെ നിൽക്കുന്ന ലിങ്കനെ കണ്ടു ഞാൻ ആംഗ്യ ഭാഷയിൽ

ചോദിച്ചു "ആരാന്ന്?" എന്നെ കേൾപ്പിക്കാൻ അവൻ ഫോൺ സ്പീക്കറിൽ ഇട്ടു. ഉഫ്! ഭരണി പാട്ടിന്റെ കുലദൈവം എന്ന് എനിക്കൊരു നിമിഷം തോന്നിപോയി.

"എന്റെ മോളെ നിനക്ക് കിട്ടില്ല.. തായോളി മോനെ നിന്നെ ഞാൻ വെച്ചേക്കില്ല!" എന്ന് കേട്ടതും ഞാൻ ആ മൊബൈൽ വാങ്ങി കാൾ കട്ട് ചെയ്തു. "പിന്നേ.. നീ അവളെ തന്നെ കെട്ടും അയാളാരാണ് ഇത്ര വല്യ!" "ഉവ്വ കോപ്പാണ്, നീ എന്തറിഞ്ഞിട്ടാണ്. അതവളുടെ അപ്പൻ ആണ്, പൂത്ത കാശാണ് അയാൾടെ കയ്യിൽ. ഗുണ്ടകളേം വെച്ച് പലിശ പരിപാടി ആണ് പണി" ഇതും പറഞ്ഞു ലിങ്കൺ ബൈക്കിന്റെ കണ്ണാടി നോക്കി മുടി ചീകി ഒതുക്കി. 'പിന്നേ..പെണ്ണ് കാണാൻ ആണല്ലോ പോണേ!' ഞാൻ മനസ്സിൽ പറഞ്ഞു. ഒരു നിമിഷം ആലോചിച്ച ശേഷം "ഇനി കൂടുതൽ ഒന്നും നോക്കാനില്ല, നമുക്ക് പോലീസ് സ്റ്റേഷനിൽ വിവരമറിയിക്കാം. അപ്പൊ ഒരു പ്രൊട്ടക്ഷൻ ആകുമല്ലോ" ഇതും പറഞ്ഞു ഞാൻ രണ്ടു ചായ പറഞ്ഞു. തൊണ്ട വരണ്ടു ഉണങ്ങി പോയപോലെ. ലിങ്കൻ വീണ്ടും ഒരു സിഗരറ്റ് കൂടി വലിച്ചു.

ചായ കുടിച്ചു പകുതി ആയപ്പോഴേക്കും അവളുടെ ട്രെയിൻ വന്നു. ബ്ലൂ ജീൻസും വൈറ്റ് ടി ഷർട്ടും ഇട്ട ഒരു ഇരു നിറക്കാരി. നല്ല ഉയരവുമുണ്ട്. അവനു ചേരും. '50 ലക്ഷമൊക്കെ കൊടുത്തു പഠിക്കുന്ന കുട്ടിയാണെന്ന് കണ്ടാൽ പറയില്ല. ഒരു പാവം കുട്ടി ആണല്ലോ.' ഞാൻ മനസ്സിൽ പറഞ്ഞു. അങ്ങനെ അവിടെ നിന്നും വട്ടം തിരിഞ്ഞു കളിക്കാതെ പോലീസ് സ്റ്റേഷനിൽ പോകാമെന്നു ഞാൻ ലിങ്കനോട് പറഞ്ഞു. അങ്ങനെ മൂവരും കൂടി സ്റ്റേഷനിലേക്കു പോയി. അപ്പോളേക്കും ചായ

തണുത്തു ഒരു പരുവമായി. എന്തെങ്കിലും ആവട്ടെ എന്ന് കരുതി വലിച്ചു കുടിച്ചു ബൈക്ക് എടുത്തു അവർ കയറിയ ഓട്ടോ പിന്തുടർന്ന് പോയി.

അപ്പോഴേക്കും അക്കോമഡേഷൻ റെഡി ആക്കി വിപിൻ വിളിച്ചു.ഞാൻ അവനോടു സ്റ്റേഷനിലേക്ക് വരാൻ പറഞ്ഞു. " ഇല്ല ബ്രോ അത്യാവശ്യമായി അമ്മ വീട്ടിൽ ചെല്ലാൻ പറഞ്ഞിട്ടുണ്ട്, നിങ്ങൾ നോക്കീട്ടു എന്നെ വിളിക്കു എന്ന് പറഞ്ഞവൻ ഫോൺ കട്ട് ചെയ്തു. അവൻ തടി കഴിച്ചിലാക്കിയ പോലെ എനിക്ക് തോന്നി. സ്റ്റേഷനിൽ എത്തി കോൺസ്റ്റബിളിനോട് SI നെ കാണണമെന്ന് പറഞ്ഞു. 'ഇല്ല, SI ഇത് വരെ എത്തിയിട്ടില്ല' എന്ന് ഒരു ഗംഭീര ശബ്ദത്തിൽ ഒരു കോൺസ്റ്റബിൾ ഇതെന്തോ കേസ് കെട്ടു ആണെന്ന രീതിയിൽ അവളെ നോക്കി പറഞ്ഞു. ഞാൻ അവരോടു സ്റ്റേഷനിൽ ഉള്ളിൽ തന്നെ ഇരുന്നോളാൻ പറഞ്ഞിട്ട് പുറത്തു ബൈക്കിന്റെ മുകളിൽ പോയിരുന്നു. പുറത്തു കൊതുകിന്റെ സംസ്ഥാന സമ്മേളനം നടക്കുന്നുണ്ടെന്ന് തോന്നിപ്പിക്കും വിധമായിരുന്നു എന്നെ കടിച്ചു കൊണ്ടിരുന്നത്. ടെൻഷൻ കാരണം വേദന ഒന്നും അറിയുന്നുമില്ല. എന്തായാലും ഞാൻ സിഗരറ്റ് ആഞ്ഞു വലിച്ചു കൊണ്ടിരുന്നു, കൊതുകുകൾ ചോര ആഞ്ഞു കുടിച്ചു കൊണ്ടിരുന്നു.

ഏതാണ്ടൊരു പത്തു മിനിറ്റ് കഴിഞ്ഞതും SI ക്കു പകരം CI ആണ് കയറി വന്നത്. ജീപ്പ് വന്നിറങ്ങിയതും കോൺസ്റ്റബിൾ സല്യൂട്ട് അടിച്ചു CI സാറിനെ ഉള്ളിലേക്കു ആനയിച്ചു കൊണ്ട് പോയി. രണ്ടു മിനിറ്റുകൾക്ക് ശേഷം അവളേം അവനേം സാറിന്റെ ക്യാബിനിലേക്കു വിളിപ്പിച്ചു. ഞാൻ വിളിക്കാതെ തന്നെ വലിഞ്ഞു കേറി ചെന്നു. അവൾ

കാര്യങ്ങളെല്ലാം പറഞ്ഞു സഹായിക്കണമെന്ന് അഭ്യർത്ഥിച്ചു. "ഓക്കേ നോക്കാം" എന്ന് പറഞ്ഞു ലിങ്കൺ നേരെ തിരിഞ്ഞിട്ട് "നിനക്കെന്താടാ പണി?" എന്ന് ചോദിച്ചു. 'മാർക്കറ്റിംഗ് എക്സിക്യൂട്ടീവ് ആണ്" എന്ന് ലിങ്കൻ പറഞ്ഞു. അപ്പൊ സർ എന്താണാവോ പരിപാടി എന്ന് എന്നെ നോക്കി പുച്ഛ ഭാവത്തിൽ ചോദിച്ചു. "ഞാൻ MCA പഠിക്കാണ് സർ" എന്ന് മറുപടി കൊടുത്തു. അങ്ങനെ ചോദിച്ചു നിക്കുന്നതിനിടയിൽ CI സാറിന് ഒരു കാൾ വന്നു. 'യെസ് സർ, യെസ് സർ, ഇപ്പോ തന്നെ വിട്ടേക്കാം സർ. വേറെ ഫോർമാലിറ്റീസ് ഒന്നുമില്ല സർ' എന്ന് പറഞ്ഞു ഫോൺ കട്ട് ചെയ്തു. ഒരു അഞ്ചു നിമിഷത്തിൽ ഒരു വൈറ്റ് 7788 വൈറ്റ് ബെൻസ് കാർ വളരെ സ്പീഡിൽ പോലീസ് സ്റ്റേഷൻ വളപ്പിലേക്ക് ചീറി പാഞ്ഞു വന്നു. അതിൽ നിന്നും ഒരു ഗോൾഡൻ കണ്ണടയും ഗോൾഡൻ വാച്ചുമിട്ട ഒരു തടിച്ചുരുണ്ടു ഒരു മധ്യ വയസ്കൻ. അയാൾ ഉള്ളിലേക്ക് വന്നപ്പോൾ അവൾ ഇരുന്ന സ്ഥലത്തു നിന്ന് എണീറ്റ് ലിങ്കന്റെ പിന്നെലേക്കു മാറി നിന്നു. 'അതാണ് അവൾടെ അപ്പൻ' എന്ന് അവൻ എന്നോട് ആംഗ്യം കാണിച്ചു. പത്തു മിനിറ്റ് ആയാലും CI സാറും അടുത്ത റൂമിൽപോയി സംസാരിച്ചു തിരിച്ചു വന്നു. CI സർ ഞങ്ങളെ നോക്കിയിട്ടു “നിങ്ങൾ പൊക്കോ” അവളെ നോക്കിയിട്ട് “മോള് നല്ല കുട്ടിയായി അപ്പന്റെ ഒപ്പം വീട്ടിലേക്കു ചെല്ല്.”

ഇത് കേട്ട അവൾ പറഞ്ഞു "ഞാൻ പതിനെട്ടു കഴിഞ്ഞ പെണ്ണാണ്, ഞാനാരുടെ ഒപ്പം പോകണമെന്ന് ഞാൻ തീരുമാനിക്കും.."എന്ന് പറഞ്ഞതും അച്ഛൻ എടി...എന്ന് പറഞ്ഞാക്രോശിച്ചു അവൾക്കു നേരെ പാഞ്ഞു.. "തൊട്ടു പോകരുതവളേ.." എന്നു പറഞ്ഞു ലിങ്കൺ

അച്ഛന് നേരെ ചാടി വീണു. ഇത് കണ്ട CI സർ 'അതൊക്കെ പുറത്തു സ്റ്റേഷന്റെ അകത്തു വേണ്ട' എന്ന് പറഞ്ഞു രണ്ടു പേരെയും തള്ളി നീക്കി. ആ ദേഷ്യത്തിൽ 'എടി.. പെഴച്ചവളെ' എന്ന് അലറിക്കൊണ്ട് അയാൾ അവളെ നിലത്തൂടെ വലിച്ചിഴച്ചു കൊണ്ട് പുറത്തേക്കു കൊണ്ട്പോയി. ഒരു മുതിർന്ന പെണ്ണിനെ ഇങ്ങനെ വലിച്ചെഴക്കുന്നത് നോക്കി നിൽക്കുന്ന CI നെ കണ്ടപ്പോ എനിക്ക് കാർക്കിച്ചു തുപ്പാൻ തോന്നി. അയാൾ പൈസ വാങ്ങിയിട്ടുണ്ടെന്ന സംശയം വളരെ അധികം ബലപ്പെട്ടു. ഒരച്ഛൻ മകളുടെ നാഭിക്കിട്ടു തൊഴിക്കുന്നതു ഒരു നോക്ക് കുത്തിയായി നോക്കി നിക്കേണ്ടി വന്ന പുരുഷാകാരമുള്ള ഞാനടക്കമുള്ള എല്ലാ ആണുങ്ങളുടെ മുഖത്തേക്ക് എനിക്ക് തുപ്പാൻ തോന്നി. വാവിട്ടു കരയുന്ന അവളുടെ മുഖം എന്റെ കണ്ണുകളിൽ ജ്വലിക്കുകയായിരുന്നു. എന്റെ രണ്ടു കൈകളും കെട്ടി നിന്നിരുന്ന കോൺസ്റ്റബിൾ അറിയാതെ തന്നെ എന്റെ കൈ വിട്ടു. ഞാൻ ഓടി പോയ് അവൾടെ അച്ഛനെ ഉന്തി, അപ്പോളേക്കും അയാളുടെ ഡ്രൈവർ കാറെടുത്തു മുന്നോട്ടു നീങ്ങി. അവളുടെ കരച്ചിൽ എല്ലാടത്തും കേൾക്കാമായിരുന്നു. അവളുടെ ഗർഭ പാത്രത്തിൽ ഇനി ഒരു ബീജം മുളക്കില്ല എന്നൊക്കെ ഞാൻ ആ ഒരു നിമിഷത്തിൽ ചിന്തിച്ചു പോയി. അയാളുടെ മുഖം കഥകളിയിലെ ദുശ്ശാസനനെ പോലെ നിറഞ്ഞാടി. ഒരു ചോരക്കളം ഒരുക്കി ഞാൻ അവളെ ആനയിച്ചു ആ ഹോമ കുണ്ഡത്തിലേക്കു എറിഞ്ഞു കൊടുത്ത പോലെ തോന്നി. അതെ, ഞാൻ അന്ന് വരെ കണ്ടതിൽ വെച്ച് ഏറ്റവും നികൃഷ്ട ജീവി. അയാളെന്ന അച്ഛനിൽ മകളുടെ രോദനങ്ങളില്ല, അയാളുടെ സിരകളിൽ

പുഴുവരിച്ചിറങ്ങുന്നത് കൊണ്ടാകാം കൊതുകുകൾ പോലും അയാളുടെ ചോര കുടിച്ചില്ല.

"നീ ഇവനേം വിളിച്ചോണ്ട് വീട് കേറാൻ നോക്ക് ചെക്കാ... അവളെ നീ മറന്നേക്ക്! പാലത്തിന്റെ അപ്പുറത്തു ഗുണ്ടകളേം നിർത്തിയിട്ടാ അയാൾ വന്നേക്കുന്നത്. പോയി പണി വാങ്ങണ്ട. അയാളെ നിനക്കറിയില്ല, തനി തറയാണ് അയാൾ." എന്ന് പറഞ്ഞു CI ഞങ്ങളെ തള്ളി വിട്ടു. കുറച്ചു നേരം കൊണ്ട് അവിടെ എന്തൊക്കെ ആണ് സംഭവിച്ചതെന്ന് അറിയാതെ ലിങ്കൻ ആകെ മരവിച്ച പോലെ ആയി. സ്റ്റേഷനിൽ നിന്നും ബൈക്ക് എടുത്തു ഞാൻ അവനേം കൊണ്ട് പോയി. അപ്പോൾ അവന്റെ ഫോണിലേക്കു പിന്നെയും കാൾ വന്നു. എടുത്തു നോക്കിയപ്പോ വീണ്ടും ആ ശബ്ദം " ഇനി നീ അവളെ കാണാൻ എങ്ങാനും ശ്രമിച്ചാ.. മോനെ.. ഞാൻ അവന്റെ കയ്യിൽ നിന്നും മൊബൈൽ വാങ്ങി കട്ട് ചെയ്തു. 'തെരുവിൽ പെറും പട്ടിക്കും കാണും ഇയാളെക്കാൾ അന്തസ്സ്' എന്ന് ഞാൻ അവനോടു പറഞ്ഞു ഞങ്ങൾ വീട്ടിലേക്കു പോയി.

www.ingramcontent.com/pod-product-compliance
Lightning Source LLC
La Vergne TN
LVHW060151051026
849517LV00007B/2629